ஆனந்த யாகம்

விஜயகுமாரன்

ISBN 979-888530981-3

பசியால் வாடும் வறியவர்க்கு தம்மாலான உணவளித்து காத்த ஒவ்வொரு அன்பு உள்ளத்திற்கும் இது என்னுடைய சமர்ப்பணம்

பொருளடக்கம்

முன்னுரை

அன்பு நண்பர்கள்

அனைவருக்கும் வணக்கம். உங்களை மீண்டும் சந்திப்பதில் மிக்க மகிழ்ச்சி. அனைவரின் நலத்திற்காக எல்லாம் வல்ல இறைவனை வேண்டுகிறேன்.

கடந்த சில ஆண்டுகளாக தொடர்ந்து சென்னை பருவமழை காலத்தில் மழை வெள்ளத்தில் சிக்கி தவிக்கிறது.மனிதனின் பேராசையே இதற்கெல்லாம் காரணம் நீர் வழித்தடங்களை அழித்ததாலும்நீர்த்தேங்கும் இடங்களை குடியிருப்பு பகுதிகளாக மாற்றியதாலும் இயற்கைக்கு எதிரான செயல்பாடுகளினாலும் தான் இதெல்லாம் நேர்கிறது என்று பல விஞ்ஞானிகளும் சுற்றுச்சூழல் ஆர்வலர்களும் குற்றம் சாட்டினாலும் மக்கள் படும் அவதிகளை காணும்போது உள்ளம் கனக்கிறது.

கோடிகோடியாக காசு வைத்திருப்பவர் கூட அடுத்த வேளை உணவுக்கு யாரேனும் உதவ மாட்டார்களா என ஏங்கி நிற்கும் காட்சி மனதை பிசைகிறது.வருடத்தின் ஒரு சில நாட்கள் வெள்ளம் வர இவர்கள் படும் துன்பத்தையே காண சகிக்கவில்லை எனில் சாதாரணமாக தினசரி நாம் கண்டுகொள்ளாமல் செல்லும் எளிய மனிதர்களை பற்றி எப்போதாவது யோசித்திருப்போமா?.

குடும்பத்தாரால் கண்டுகொள்ளாமல் அனாதையாக்கப்பட்ட முதியவர்கள், மனநலம் பாதிக்கப்பட்டவர்கள், உழைக்க உடலில் வலுவற்றவர்கள், பிழைக்க வழிதேடி சென்னை வந்துதிக்குத் தெரியாமல் சிக்கிக் கொண்டவர்கள்,ஏதேதோ காரணங்களால் வீட்டைவிட்டு ஓடி வந்தவசிறுவர்கள்,நடைபாதைவாசிகள்இவர்களின் தினசரி நிலை என்ன?

இவர்களெல்லாம் வருடத்தின் அத்தனை நாட்களிலும் உணவுக்காகபிறரைஎதிர்பார்த்து காத்திருக்கிறார்களே நாம் என்றாவது அவர்களை பற்றி சிந்தித்து இருக்கி-

றோமா?அவர்களும் நம்மைப் போன்று பசி உணர்வுள்ள சகஜீவிகள் தானே? இந்த பூமியில் அவர்களும் வாழ உரிமை உண்டு தானே?வீட்டில் வளர்க்கும் செல்லப்பிரா-ணிகளுக்கு கூட வேளைக்குசில நூறு ரூபாய்கள் செலவ-ழித்து உணவளிக்கும் கனவான்களே இவர்களையும் கொஞ்-சம் கவனிக்கலாமே.

உழைக்காத சோம்பேறி கூட்டத்திற்கு நான் ஏன் உணவ-ளிக்க வேண்டும்? காசு சம்பாதிச்சப்பவே புத்திசாலித்தனமா சேமித்து வைக்கலைனா இப்படித்தான் நடக்கும் என்றெல்-லாம் அதி புத்திசாலித்தனமாக விவாதம் செய்பவர்களுக்-கான பதிவு அல்ல இது. மனதில் இரக்கமுள்ள ஆனால் எப்படி உதவி செய்வது என்பது தெரியாமல்தவிப்பவர்களுக்-கானகதையிது. உதவி செய்ய வேண்டுமென்று முடிவு எடுத்-தால் அதை எந்த வேளையிலும் எப்படி வேண்டுமானாலும் செய்யலாம் என்ற என் கருத்தை கூறியிருக்கிறேன்.

தன் நிழல் தன்னை தொடர்ந்து வரும் என்பதுபோல்நாம் செய்யும் நல்லது கெட்டது நம்மை தொடர்ந்து வரும் என்-பதை வலியுறுத்தும் வகையில் தான் இக்கதையில்ஒவ்வொரு கதாபாத்திரத்தையும் வடிவமைத்துள்ளேன்.படித்துவிட்டு உங்-களுடைய விமர்சனங்களை எனக்கு தெரிவிக்கலாம்.

நன்றி மீண்டும் சந்திப்போம்

வாழ்க வளமுடன்

என்றென்றும் அன்புடன்,

விஜயகுமாரன்

CT EMAIL- writervijayakumaran@gmail.com
FB - VIJAYAKUMARAN (WRITER)
TWEET - WRITERVIJAYAKUMARAN

1

ஆனந்த யாகம்

விடிய துவங்கியிருந்த நேரம்.திறந்திருந்த ஜன்னல் வழியாக காலைநேரமெல்லிய குளிர் காற்றுடன் வேப்பமரத்தில் கூடு கட்டியிருந்த பறவைகளின் கீச்சுக் குரலும் அறையினுள் வந்து நிறைந்திருந்தது. படுக்கையிலிருந்து எழுந்திருக்காமல் மெதுவாக தலையை திருப்பி ஜன்னலுக்கு வெளியே இருந்த பெரிய வேப்பமரத்தின் கிளைகளில் கூடு கட்டியிருந்த பறவைகளை உற்று கவனித்தான்கணேசன்.

அங்கே என்ன நடக்கிறது?ஆர்ப்பாட்டமா போராட்டமா?சீச்சீபறவைகள் அப்படி எல்லாம் செய்யாது. ஒரு காவலனாய் வேலைபார்ப்பதால் மனிதர்கள் செய்வதை பார்த்து பார்த்து பறவையையும் அதுபோல் எடை போடுகிறோம். காலை நேரத்திலேயே ஏன் இத்தனை பெரிய சத்தம்? கூட்டிலிருந்து வெளியே பறக்கப் போகிறோம் என்ற உற்சாகத்தின் குரலாஇது?இருக்கலாம்.துக்கங்களிலும் கஷ்டங்களிலும்சிக்கி தவித்த மனிதன் அதிலிருந்து விடுதலை அடையும் போதுஎழுப்பும் ஆரவாரம் போல் இருந்ததுஅது.சுதந்திரம் என்பது மனிதர்களுக்கு மட்டும் சொந்தமானது அல்லவேஉலகிலுள்ள எல்லா உயிரினங்களுக்கு பொதுவானது தானே.

சற்று நேரத்தில் அந்த ஆரவாரக் குரல் வேறு தோணியில் ஒலித்தது. நான் நினைத்ததுதவறோ இவை தங்களுக்குள் சண்டையிட்டு கொள்கின்றனவோ? ஏன் இவ்வாறு கீச்சுடுகின்றன இவைகளுக்குள் என்ன தகராறு? ஒன்றோடு ஒன்று தகராறு செய்கின்றதோ? இவைகளுக்கு பிரச்சனை ஏற்பட்டால் அதை எப்படி தீர்த்துக் கொள்ளும். ஆறறிவு படைத்த மனிதன் தன்னுடைய பிரச்சினைகளை தீர்க்ககாவல்துறை, நீதி-

மன்றம் போன்று பல்வேறு வழிமுறைகளை வைத்திருப்பதைப் போல இவர்களுக்குள்ளும் ஏதேனும் அமைப்புகள் இருக்குமோ?

கணேசனின்போலீஸ்புத்திக்குள் திடீரென்று பறவை மீதான ஆராய்ச்சி துவங்கியது. அவன் எண்ணம் எல்லாம் பறவைகள் நிறைந்தன.பறவைகளுக்கு பாஷை உண்டா? அவைகள் என்ன மொழி-யில் பேசிக் கொள்கின்றன.எல்லா பறவை இனமும் ஒரே பாஷையில் தான் பேசுகின்றனவா? அல்லது ஒவ்வொரு பறவை இனத்திற்கும் ஒவ்-வொரு பாஷை இருக்குமோ? காகங்கள் கரைவது குயில் இனத்திற்கு புரியுமா? மயில்கள்அகவுவதுவண்டினத்திற்குதெரியுமா?எல்லாமே பறவை-கள் தானே.

அனைத்து பறவைகளுக்கும் ஒரே மொழி தான் என்றால் பிரச்சனை இல்லை. ஒவ்வொருபறவையினங்களின்பாஷைகளும் வேறு வேறு எனில்ஐயோஅது எவ்வளவு பெரிய பிரச்சினையை உண்டு பண்-ணும்.எத்தனை இலட்சம் பறவையினங்கள் எத்தனை லட்சம் பாஷைகள். இதில் எந்த பாஷை பெரியது? எது சிறந்தது? ராஜாளியாக கருதப்படும் பறவையின் மொழியா? மனிதர்கள் உட்படஎல்லோரும் விரும்புகின்ற கிளியின் பேச்சா?பயங்கரமாக இரவில் கேட்கும் ஆந்தையின் குரலா? எந்த மொழி பெரியது? இதை தீர்மானிப்பது யார்? பகுத்தறிவு ஆற்றல் கொண்ட மனிதர்களிடையே கூட மொழி பிரச்சனை வரும்போது அறி-வில் குறைந்த பறவைகளுக்கு இடையே மொழிப் பிரச்சினை வராதா? மொழியின் அடிப்படையில் இவர்களுக்குள் பிரச்சனை வந்தால் யார் வெல்வது?

ஆனால் இதுவரை எந்த பறவை இனமோவிலங்கினமோ சண்டை-யிட்டு பார்த்ததில்லையே? தன்னுடைய உணவுத் தேவைக்காக ஒன்று மற்றொன்றை கொல்லுவதையும்புசிப்பதையும் பார்த்திருக்கிறோம். வேற எந்த காரணத்திற்காகவும் சண்டையிட்டு பார்த்ததில்லையே?ஒரே மரத்-தில் தங்கியிருந்தாலும் தங்களுக்குள் பிரச்சனையின்றி அமைதியாகத் தானே வசிக்கின்றன.

சண்டையும், சச்சரவும், போட்டியும், பொறாமையும்,வஞ்சனைகளும், சூழ்ச்சிகளும், என் மொழி பெரிது,என் மதம் சிறந்தது என்கிற அபவா-தங்களும், எதிர்மறை கருத்துக்களும் மனிதனுக்கே சொந்தமானவை. இதை உலகில் வேறு எந்தஉயிரினமும் கொண்டிருக்காது என்று தோன்-றியது.

என் மொழி பெரிது என்று சொல்வது எப்படி தவறாகும்? தவறே இல்லை தான் அதன் சிறப்புகளையும்பெருமையையும் பிறருக்கு சொல்-வது வரை. அதை மீறி உன் மொழி மட்டம், மோசம் என்று சொல்-லும்போது தானே பிரச்சனை தோன்றுகிறது. அவரவர்மொழி அவர-வர்க்கு. மொழி என்பது தன்னுடைய உணர்வையும்தேவையையும் பிற-ருக்கு தெரிவிப்பதற்கான ஒரு தகவல் தொடர்பு சாதனம் தானே.இதில் எங்கே உயர்வு-தாழ்வு வந்தது.

“ஏங்க மணி எட்டு ஆகுது. இன்னும் படுக்கையை விட்டு எழுந்தி-ருக்காமல் அப்படி என்ன சிந்தனையில் இருக்கிறீர்கள்? சீக்கிரம் எழுந்-திரிச்சு வாங்க” பூங்குழலி உரத்த குரலில்அவசரப்படுத்த கணேசன் சுய-நினைவுக்கு வந்தான். அப்போது பறவைகளின் கீச் கீச் குரல் அவன் காதுகளில் ஆர்டர் ஆர்டர் என்று நீதிபதி மர சுத்தியலால் டேபிளில் அடிக்கும் ஒலியாய் கேட்டது.பதறி எழுந்தவன் குளியலறை நோக்கி ஓடி-னான்.

நகரத்தின்மையத்தில் இருந்த அந்த வீட்டின்மாடி படுக்கையறையும் அதன் வெளிப்புற பால்கனியும் தான் கணேசனுக்குசொர்க்கலோகம். காங்கிரீட் குவியல்களாக மாறிப்போன நகர வாழ்வில் வீட்டின் பின்புறம் ஒரு கிணறும், சில வாழை மரங்களும், மிகவும் வயதான இரு பெரிய மாமரங்களும், அந்த வெயில் காலத்தில்தழைத்துவளர்ந்துமாடியில் அவன் படுக்கையறை ஜன்னல் வரை தன் கரங்களை நீட்டியிருந்த ஒரு பெரிய வேப்ப மரமும்சேர்த்து அந்த வீட்டை பார்க்கும் போது யாரோ ஒரு பிரபல ஓவியர் வரைந்த சித்திரம் போல் அவனுக்கு தோன்றி-யது. அந்த வீட்டை கடந்து செல்பவர்கள் சில வினாடிகளாவது அதன் அழகை ரசிக்காமல் போக முடியாது என்று கணேசன் நம்பினார்.

கணேசன் தயாராகி கீழே இறங்கிவர அவன் தாயினுடைய குரல் வீடு முழுதும் எதிரொலித்தது. மிகத் தரக்குறைவான வார்த்தைகளால் மருமகளை திட்டிக் கொண்டிருந்தார். பூங்குழலியும்யாருக்கும் எதற்கும் தான் சளைத்தவள் இல்லை என்பது போல் பதிலுக்கு பதில் பேசினாள். சண்டை அந்த காலை நேரத்திலேயே உச்சகட்டத்தில் இருந்தது. சாலையில் போன சிலர் அந்த வீட்டை திரும்பி பார்த்தபடியே கடந்து போயினர்.இப்போது அவர்கள் திரும்பி பார்த்து கொண்டே சென்றதற்கு காரணம் வீட்டின் அழகு அல்ல என்பது கணேசனுக்கு தெளிவாக புரிந்-

தது.

இடையிடையே அப்பாவின் குரல் ஒலித்தது.“இரண்டு பேரும் பேசாமல் இருக்கீங்களா?” என்று அவர்களை அடக்க முற்பட்டது காதில் விழுந்தது.ஆனால் அதற்கு பலன் ஏதும் இல்லையுத்தம் உக்கிரமானது. இருவரும் கையை நீட்டிபேசிவிரல்களை நெட்டிமுறித்துசாபம் விட்டுக் கொண்டனர் சபதம் எடுத்துக் கொண்டனர்.

என்று துவங்கியது இந்த யுத்தம். இதற்கு காரணம்யார்? ஒவ்வொரு நாளும் இந்த சண்டை நிகழும் போதெல்லாம் கணேசனுக்கு தன் மேலேயே ஒரு குற்ற உணர்வு தோன்றியது. இதில் யார் செய்வது சரி நான் யார் பக்கம் நிற்க வேண்டும். இப்போது நான் செய்வது சரியா?எத்தனை நாள் தான் இப்படி நடுநிலை வகிப்பது?.

மிக அன்பான மாமியார் மருமகள் ஆகத்தானே இருந்தார்கள் யார் கண்பட்டதோ? குழந்தை பிறக்கும்போது பிறக்கட்டும் உங்களுக்கென்ன வயசாயிருச்சாஎன்று முன்பு சொன்னவர் தானே என்அம்மா. குழந்தை பிறக்கவில்லை என்ற காரணத்தை காட்டி இப்போதுஅம்மா இப்படி எல்லாம் பேசலாமா இதில் ஏதேனும் நியாயம் இருக்கிறதா? ஆனால் இதை எப்படி அம்மாவுக்கு புரியவைப்பது?

சரி பூங்கொடியை சமாதானப்படுத்தலாம் என்றால்அவளோ பாவம் இத்தனை பேச்சுக்களையும் வாங்கிக்கொண்டு, ஏதோ அவள் மேல் தான் தப்பு இருப்பதாக எல்லோரும் பேசுவதைஎல்லாம் தாங்கிக்கொண்டு பெரும்பாலான சமயத்தில் அடங்கி தானே போயிருக்கிறாள் என்று நினைக்கையில் அவளிடமும் ஏதும் பேச முடியவில்லை. பல மருத்துவமனைகளுக்குபோய் பல பிரபல மருத்துவர்களிடம்பரிசோதனை செய்தாகிவிட்டது. எங்கு போனாலும் இருவருக்கும் குறை ஒன்றும் இல்லை கொஞ்சம் நான் காத்திருக்கலாமே என்று தான் சொல்கிறார்கள்.இதுஎங்கள் இருவருக்கும் புரிகிறது பிறருக்கு ஏன் புரிவதில்லை.

கணேசன் எப்போதும்போல் அந்தச் சண்டையில் தலையிடாமல் சாமி படத்திற்கு முன் நின்று சாமி கும்பிட துவங்க வீடு சட்டென்று அமைதியானது.தினமும் அவன் சாமி கும்பிடும் நேரம் தான் வீட்டில் போர் நிறுத்தம் அமுலில் இருக்கும் நேரம். அந்த சண்டை நிறுத்தம் அமுலில் இருக்கும் நேரத்திலேயே சாப்பிட்டு விட்டுவீட்டிலிருந்த அனைவருக்கும் பொதுவாக“நான் கிளம்புகிறேன்” என்று சொல்லி விட்டு வெளியே வந்-

தான்.

பைக் எடுத்து கிளம்பும்போது வீட்டை ஒருமுறை அண்ணாந்து பார்த்து பெருமூச்சு விட்டான். மாடியிலிருந்து பார்க்கும்போது இதைத்-தானே சொர்க்கலோகம் என்று நினைத்தேன். கீழே இறங்கி வந்து பார்த்-தால் வீட்டின் மொத்த பிம்பமும் மாறிப் போயிருக்கிறதே. மேலே சொர்க்-கலோகம் என்றால் கீழேநரகமா.ஆண்டவா இது என்ன சோதனை. ஒரு வீட்டிற்குள் இரண்டு உலகங்களும் அடங்குமா? சொர்க்கத்திற்கும் நரகத்-திற்கும் இவ்வளவுதான் இடைவெளியா?விடை தெரியா கேள்விகளோடு கணேசன் கேட்டை கடந்து வெளியேறினான்.

2

மாவட்ட நீதிமன்ற வளாகம் காலை வேளையிலேயே பரபரப்புடன் இருந்தது.. நீதிமன்ற அலுவலக பணியாளர்களும்,வழக்கறிஞர்களும், விசாரணைக்கு வந்தவர்களும் அவர்கள் குடும்பத்தினரும் என்று அந்த நீதிமன்ற வளாகமே கூட்டம் நிறைந்து காணப்பட்டது.அதற்கு சற்றும் குறையாமல் வளாகத்தின் உள்ளே இருந்தகேண்டீனில் கூட்டம் நிறைந்-திருந்தது.

கேண்டீனுக்குள்நுழைந்த இரு காவலர்கள் உட்கார இடம்தேடி ஒரு மூளையில் ஒருவர் மட்டும் அமர்ந்திருந்த டேபிளில் போய் அமர்ந்தனர். அங்கு ஏற்கனவே அமர்ந்திருந்த இளைஞன் உலகையே மறந்து கையி-லிருந்த ஏதோ ஒரு சட்டப் புத்தகத்தை பிரித்து படித்துக்கொண்டி-ருந்தான்.ஒரு காவலர்சுற்றிலும் பார்த்துவிட்டு தூரத்தில் நின்றகடையில் வேலை பார்க்கும் பையனை அழைத்து‘‘தம்பிஇரண்டு டீ கொண்டு வா’’என்றார்.‘‘ஏட்டையா சூடாக வடை இருக்கிறது கொண்டு வரவா?’’.‘‘வேண்டாம்டீமட்டும் நல்ல சூடாக கொண்டுவா’’.

கடை பையன் அகன்றதும் ‘‘என்ன ஏட்டையா காலையிலேயே டல்லா இருக்கீங்க? உடம்புக்கு ஏதும் செய்யுதா? இல்லேன்னா வீட்டில் ஏதாவது பிரச்சனையா?’’ஏட்டையாவுக்கு அருகில்அமர்ந்திருந்த கான்ஸ்-டபிள் அக்கறையுடன் கேட்டார்.

‘‘உடம்புக்கு எல்லாம் ஒன்னுமில்ல அது நல்லாத்தான் இருக்குகணே-சன். எல்லாம் பணம் விஷயம்தான்நம்மை பாடா படுத்துது.குடும்பம்பெ-ரிதாகும்போதுசெலவும்கூடுது.அதனால்வருமானம் பத்த மாட்டேங்குது’’.

“ஏன் ஏட்டையா உங்களுக்குஅப்படி என்ன பெரிய பணப்பிரச்சனை வரப்போகுது. அதுதான் மாசமான கரெக்டா சம்பளம் வருது.அதுபோ-கஸ்டேஷனில் கட்டபஞ்சாயத்து, மாமுல் வருமானம் அது இதுன்னு நிறைய சைடு வருமானமும் வரும் இல்லையா?”.

“அடநீவேற சும்மா இருக்கியாவயித்தெரிச்சல கௌப்பாமல். இது-வரையும் டிராபிக்கில்இருந்தேன்.ஹெல்மெட் போடாதவன், லைசென்ஸ் இல்லாதவன், குடித்துவிட்டு வண்டி ஓட்டியவன்என்றுசிக்குறவனிடம்-பில்லை போட்டுவிடலாம்.என்னுடைய செலவு போகடெய்லி வீட்டு செலவுக்கு என்று கணிசமாக ஒரு அமௌன்ட் கொண்டு போக-லாம்.அதனால் வாங்கற சம்பளத்தை லோனுக்கும், சீட்டுக்கும் பிள்-ளைகள் படிப்புக்கும் செலவு பண்ண முடிஞ்சது. வீடும் பஞ்சமில்லாமல் போய்க்கொண்டிருந்தது. புதுசா வந்திருக்கிற இன்ஸ்பெக்டர் இப்ப என்னை தூக்கி கோர்ட் டூட்டிக்கு போட்டுட்டாரு. இங்க வந்துட்டு போனா கையில இருக்குற காசுதான் வீணா போகுது ஒரு பைசா வரு-மானம் இல்லை.கடந்த ஒன்றரை மாசமாஎப்படி குடும்பத்தை ஓட்டுவது என்று தெரியாமல் திண்டாடிகிட்டு இருக்கேன்”.

“எப்படியாவது புதுசா வந்திருக்கிற இன்ஸ்பெக்டரை கரெக்ட் பண்ணி பார்க்க வேண்டியதுதானே”.

“அதையும் முயற்சி பண்ணி பார்க்காமலா இருப்பேன். எல்லாத்தை-யும் பண்ணிப் பார்த்துட்டேன். அந்த ஆளு ஒரு எமகாதகன் எங்-கங்க வருமானம் வருமோஅங்கெல்லாம் தனக்கு வேண்டப்பட்ட ஆளை போட்டு கலெக்ஷன் பண்ணி அதில் அவனும் பங்கு வாங்கிக்கி-றான்.அவருக்கு பங்கு கொடுக்குற மாதிரி இருந்தால்தான் நாம கேட்கிற இடத்தில்போஸ்டிங் கிடைக்கும்”.

“அப்படின்னா அது நல்லதுதானே. கண்ண மூடிக்கிட்டு சரின்னு சொல்லி பழைய மாதிரி டிராபிக்கிற்க்கு போக வேண்டியதுதானே. கிடைக்கிற காசில் அவருக்கு ஒரு பங்கு கொடுத்தீங்கன்னா என்ன குறைய போது உங்களுக்கு? வருமானம் கிடைத்த மாதிரியும்ஆச்சு அவரு பங்கு வாங்குவதால் ஏதேனும் பிரச்சனை ஏற்பட்டாலும்வே-லைக்கு பாதுகாப்பு கிடைத்தது போலவும் ஆச்சு. ஒரே கல்லுலஇரண்டு மாங்காய் என்று யோசித்து முடிவு எடுக்காமல் இங்க வந்து உட்கார்ந்-துட்டுகுழம்பிக்கிட்டுயிருக்கிறீர்களே”.

“யோவ்புரியாம எதையாவது பேசி என் கடுப்பை கிளப்பாதே. மாடா உழைச்சு நான் சம்பாதித்து கொண்டு போகிற பணத்தில் பாதிக்குபாதி வேணுமுன்னுஅந்த ஆளு கேட்கிறான்யா. அவனுக்கெல்லாம் கொஞ்சமாவது மனசாட்சி இருக்கா?”.

ஏதோ தானே உழைத்து சம்பாதித்ததில் இன்ஸ்பெக்டர் பங்கு கேட்பதுபோல் நினைத்து அந்த ஏட்டையா அருகில் அமர்ந்திருந்த கான்ஸ்டபிளிடம்ஆத்திரத்துடன் பேசினார்.ஏட்டையாவின் கோபம் அளவுக்கு மீறி போனதால்கான்ஸ்டபிள் கணேசன் அமைதியானான். இதற்குமேல் இவரிடம் பேசுவது வீண் வம்பை உண்டாக்கி விடும் என்று தோன்றியது.

அரசாங்கவேலைஎன்றால்சாதாரண மக்களுக்கு சேவை செய்வது என்று தானே பொருள். அதை இவர்கள் எப்படிஎல்லாம் அலங்கோலப்படுத்தி இருக்கிறார்கள். அதிலும் காக்கிச் சீருடை அணிந்துவிட்டால் மனசாட்சியை கழற்றி வைத்து விடுவார்களோ அந்த சீருடை இவர்களுக்கு யாருக்கும் பயப்படாமல் தைரியமாககொள்ளையடிக்க அனுமதி வழங்குகிறதோ. இப்படி அரசு பதவியில் உள்ளவர்கள் எல்லாம்அதர்மகாரர்களாய் மாறிப்போனால் இவர்களை அழிக்க அல்லது திருத்த கடவுளே நீ எத்தனை கோடி முறைதான் அவதரிக்க வேண்டியிருக்கும்.

கடை பையன் கொண்டு வந்த டீயை இருவரும் அமைதியாக அருந்தினர்.“கணேசா என்னைப் பற்றியே கேட்டுக்கொண்டிருந்தாயே. உன் நிலவரம் எப்படி இருக்கு?உனக்கு ஏதாவது வருமானம் வருதா? உங்க இன்ஸ்பெக்டர் யாரு? புதிதாய் வந்திருக்கிற அந்தகொஞ்ச வயசு பையன் ராமசுப்பு தானே. நல்ல பையன். எதையும் கண்டுகொள்வதில்லை என்றுஅவரைப் பற்றி பெருமையாய் எங்க ஸ்டேஷனில் பேசிக்கொள்கிறார்கள். உண்மைதானா?.

“வாஸ்தவம் தான் சார். ஸ்டேஷன் நடவடிக்கைகளை கண்டுகொள்வதில்லை.திருமணமாகாதஇளம் வயதுக்காரர். அதனால காலையிலும்மாலையிலும்பைக்கை எடுத்துக் கொண்டு ஊர் சுற்றுவதில் ரொம்ப ஆர்வமாய் இருக்கிறார். நாங்க ஸ்டேசனில் இருக்கிற எஸ். ஐயய் கவனித்தால் போதும். அப்படித்தான் இந்த கோர்ட் டூட்டி கேட்டு வாங்கினேன்”

“அடப்பாவி நீயாகவேஏன் உன் தலையில மண்ணை வாரி போட்டுக்கிட்ட.இதுல அப்படி என்னையா வருமானத்தை கண்ட”.

“இதுதான் எனக்கு ரொம்ப தோதான வேலை. ஆபீஸ் டூட்டி மாறி காலையில் ஒன்பது மணிக்கு ஸ்டேஷனுக்கு போய் தலையை காமிச்-சுட்டு இங்கிட்டு வந்துரலாம். அடுத்து யார் தொல்லையும் இல்லாமல் சாயங்காலம் ஆறு மணி வரை பொழுதை ஓட்டிட்டுபின்னர் ஸ்டே-ஷனுக்கு போய் ரிப்போர்ட் பண்ணிட்டு வீட்டுக்கு போயிடலாம்.வெளியே நமக்கு நிறைய வேலையிருக்கு சார். எங்க அப்பா அங்க இங்கன்னு கொஞ்ச இடங்களில் டெய்லி கலெக்சன்வட்டிக்கு பணம் கொடுத்து வைத்திருக்கிறார்.அவருக்கு ஆக்சிடெண்ட் ஆனதிலிருந்துகொடுக்கல் வாங்கல் எல்லாம் நான்தான் பார்த்துக்கிறேன்.நான் தான் போய் வசூல் செய்ய வேண்டியிருக்கு.சாயங்காலம் சரியான நேரத்துக்கு நான்போ-னால்தான் மறுபேச்சில்லாமல் பணத்தை எடுத்து பட்டுனு கொடுப்பார்கள். அதுக்காகத்தான் இந்த டூட்டி வாங்கினேன்.இந்த பிசினஸ் மூலம் தேவையான பணம் வர்றதாலநாமாக போய் எவன் கிட்டயும் லஞ்சம்-கேட்க வேண்டியதில்லை. எந்த பிரச்சினையிலும் மாட்ட வேண்டிய-தில்லை பாருங்க”.

“யோவ் கணேஷா உண்மையிலேயே நீ கில்லாடியான ஆசாமியா. வேலைக்கு சேர்ந்த கொஞ்ச நாளிலேயே ரொம்ப டெக்னிக்கா யோசிச்சு நல்லா முன்னேறிவிட்டாய்”என்று சொல்லி சிரித்தவாறு எழுந்து போனார் ஏட்டையா.அந்த புத்திசாலி கான்ஸ்டபிள் கணேசனும்பின்தொ-டர்ந்தார்.

அந்த டேபிளில் அவர்களுக்கு பக்கத்தில் அமர்ந்து புத்தகம் படித்துக் கொண்டிருந்த சத்யராஜ் தலை நிமிர்ந்து அவர்கள் இருவரையுமேவி-னோதமாக பார்த்தான்.இவர்கள் செய்கின்றகுற்றங்கள் இந்திய தண்டனை சட்டத்தின் எந்தந்த பிரிவுகளின் கீழ் வருகிறது? இதற்கு என்ன தண்-டனையாக இருக்கும்? சட்ட புத்தகத்தில் தேடத் துவங்கினான்.

3

கோர்ட் அமைந்திருந்த அந்த இரண்டு மாடி கட்டடதோடு கோபித்-துக் கொண்டு தனியாக போனதுபோல் சற்று தொலைவில் தனித்து இருந்தது வழக்கறிஞர்களின் அறைகள் அமைந்திருந்த இரண்டு மாடி-கட்டிடம்.வழக்கறிஞர் விநாயகம் என்ற பெயர் பலகையை தாங்கி நின்-றஅறை எண் 45 குள் நுழைந்தான் சத்யராஜ்.

பத்துக்கு பத்து அளவுள்ள அந்த அறை ஒரு மினி குருசேத்திரமாக காட்சியளித்தது. இன்றைய வழக்குகளுக்கு தயாராவதற்கு நேற்று பிரித்து படிக்கப்பட்ட சட்டப்புத்தகங்களும் கேஸ்பைல்களும் கோர்ட் டைரிகளும் டேபிள்களில் இறைந்து கிடந்தது.அவற்றையெல்லாம் எடுத்து ஒழுங்குபடுத்தி அறையை சுத்தமாக்கிய பின் ரூம் ஸ்ப்ரே அடித்து அந்த அறையில் நறுமணம் கவிழும்படி செய்தான்.

யாருக்குஎப்படியோ சத்யராஜுக்கு இது உண்மையிலேயே குருசேத்திரம் தான். வேண்டா வெறுப்பாய் அப்பாவின் வற்புறுத்தலுக்காக சட்டக்கல்லூரியில் சேர்ந்து படித்து முடித்தபோதுஇந்த கருப்பு அங்கியை அணியாமல் வேறு ஏதேனும் வேலைக்கு போனால் என்ன என்று அவனுக்கு தோன்றியது.

தினமும் எத்தனை வகையான மனிதர்கள்? எத்தனை வகையான பிரச்சனைகள்? யார் சொல்வது உண்மை? யார் பக்கம் நியாயம் உள்ளது எதையும் புரிந்துகொள்ள முடியாமல் ஒரே குழப்பமாக இருந்தது. எதற்கு இந்த அவஸ்தை? கையில் இருக்கும் டிகிரி சர்டிபிகேட்டை கொண்டு இந்த நகரில் போதுமான சம்பளம் கிடைக்கக்கூடிய வேலைகளில் ஏதேனும் ஒன்றில் சேர்ந்துசந்தோசமாக வாழலாம் என்று நினைத்தான்.

“காலையில்சீக்கிரம் கிளம்பி போய் பார்கவுன்சில் அறை எண் 45 இல் இருக்கும் பிரபல வழக்கறிஞர் விநாயகத்தைபார். உன்னை பற்றி அவரிடம் சொல்லி இருக்கிறேன். உன்னை ஜுனியராக சேர்த்துக்கொள்ள சம்மதித்திருக்கிறார்” என்று அப்பா சொன்ன போது யாரோ ஒரு சிடுமூஞ்சியிடமோ அல்லது வயதானகிழவனிடமோ மாட்டிக்கொண்டு முழிக்கப் போகிறோம் என்று சத்யராஜுக்கு தோன்றியது.

“மே ஐ கம்இன் சார்” என்று சொல்லி முடிப்பதற்குள்ளாகவே“சத்யராஜ்உள்ளே வா” என்று பேர் சொல்லி அழைத்தார் அந்த நடுத்தர வயதுவிநாயகம்.“ஏன் நின்று கொண்டு இருக்கிறாய் உட்கார். உன்னை பற்றி உங்க அப்பா நிறைய சொல்லியிருக்கிறார். வழக்கறிஞராக உனக்கு விருப்பமில்லை என்பதையும் சொன்னார். ஏன் இந்த பணி உனக்கு பிடிக்கவில்லை என்று நான் தெரிந்து கொள்ளலாமா?”அன்புடன் அவனிடம் கேட்டார்.

“நீதிமன்றங்களும் அதை சுற்றி இருக்கும் அட்மாஸ்பியரும்எனக்கு சுத்தமாக பிடிக்கவில்லை. எங்கு திரும்பினாலும்கிரிமினல் குற்றவாளிக-

ளும் மோசடி செய்தவர்களும் பிரச்சினைக்குரியவர்களும் தான்கண்ணில் படுகின்றனர்.இப்படிப்பட்டவர்களுக்கு மத்தியில் எப்படி வேலை செய்வது?".

"சரி நான் ஒரு கேள்வி கேட்கிறேன் பதில் சொல்கிறாயா? ஒரு ஊரில் நூறுபேர் வசிக்கின்றனர். அங்கே ஒரு வைத்தியர் இருக்கிறார். அவரை காண தினமும்ஐந்து அல்லது ஆறு நோயாளிகள்தான்வருகின்றனர். அப்படியானால்ஊரிலுள்ளமற்ற யாரும் எந்த நோயும் இல்லாத முழு ஆரோக்கியமானவர்களா?".

"அப்படி சொல்லமுடியாது. மற்றவர்களுக்கும் ஏதேனும் பெரிய பாதிப்பில்லாத வெளியே தெரியாதசிறுசிறு வியாதிகள்உள்ளுக்குள் இருக்கக்கூடும். வியாதியே அண்டாத மனித உடல் உலகில் யாருக்கு உள்ளது".

"வெரி குட்ரொம்ப சரியாக சொன்னாய். அதைப்போலத்தான் இந்த நீதிமன்றமும்.இங்கு வந்திருப்பவர்கள் ஏதோ ஒரு கொடிய சமூக நோயினால் பாதிக்கப்பட்டவர்களாக இருப்பார்கள். இங்கு வந்தவர்கள் மட்டும்தான் குற்றம் புரிந்தவர்கள் என்பது இல்லை வெளியே நமக்குள்ளும் ஏராளமான குற்றவாளிகள் உள்ளனர். அளவில் சிறிதும் பெரிதுமான குற்றங்களை புரியாதவர்கள் இங்கு எவரும் இல்லை.அந்த பிரச்சினைகளுக்கெல்லாம் தீர்வு கொடுக்கும் இடம் தான் இந்த நீதிமன்றம். உடல் நோயை போக்கும் வைத்தியரை போல் சமூக நோயை தீர்க்கவல்லது இந்த நீதித்துறை.அதில் பணி புரிவதை எண்ணி நாம் பெருமிதம் கொள்ள வேண்டும்".

சத்யராஜுக்கு சற்று தெளிவு பிறந்தது."நீ இந்த வேலைதான் செய்ய வேண்டும் என்று நான் கட்டாயப் படுத்தவில்லை. உலகில் யாரையும் ஏமாற்றாமல் நேர்மையாக செய்கின்ற எந்த தொழிலும் உயர்வானது தான்.உண்மையாக செய்கின்ற தொழில் ஒரு நாளும் தோல்வி அடையாது. உண்மைக்கு எப்போதுமே சோதனைகள் அதிகம் வரத்தான் செய்யும். அதில் திறமையை காட்டி கடந்து வந்தால் சோதனைகளை சாதனைகளாக மாற்றும் ரசவாதம் உனக்கு பிடிபடும்.வாழ்வில் முன்னேறியவர்களின் வரலாற்றை சற்று திரும்பிப் பார்.செய்கின்ற தொழிலை முழு ஈடுபாட்டுடன், விருப்பத்துடன் செய்தவர்கள் மட்டுமே மிகப்பெரிய வெற்றியாளர்களாக உருமாறி இருக்கிறார்கள்.சமூக நோயினால்பாதிக்-

கப்பட்ட ஒருவனுக்கு உன் வாதத்திறமையால் நல்ல தீர்வு கிடைக்கும் போது அவன் உன்னை மனமார வாழ்த்துவான்பார்.அதுநீ சம்பாதிக்கும் பெரும் பணத்தை விட உனக்கு அதிக மகிழ்ச்சியைத் தரும்''.

"ஆனால் இந்த துறையில் திறமையை காட்டி வெற்றி பெறுவதை விட அதிக பொய்களை பேசி ஏமாற்றி வெற்றி பெறுவது தானே அதிகமாக இருக்கிறது''.

"பொய் என்பது கோழைகளின் ஆயுதம்.எவன் ஒருவனுக்கு தன்னம்பிக்கை இல்லையோ அவன் எடுக்கும் ஒரு ஆயுதமே பொய்யும் பித்தலாட்டமும்.சொல்லிய ஒரு பொய்யை மறைக்கவும் தொடர்ந்து அதை உண்மை என்று நிரூபிக்கவும் மேலும் மேலும் பொய் சொல்ல வேண்டியிருக்கும். அது முடிவில்லாமல் நீண்டு கொண்டே இருக்கும். யாருக்கு எதிராக ஒருவன் பொய் சொல்லி ஏமாற்றினாலும் வாழ்நாள் முழுவதும் அவரை சந்திக்கும்போதெல்லாம் அவன் மனம் படபடக்கும்.தேவையில்லாத அந்த படபடப்பு அடிக்கடி ஏற்பட உடலில் ஆரோக்கியம் குறைந்து வியாதிகள் பெருகும். பொய் பேசிஏமாற்றி கிடைக்கும் வெற்றி நீண்டகால மகிழ்ச்சியைத் தராது.இங்குள்ள பலபேர் அன்றைக்கான மகிழ்ச்சியே பிரதானம் என நினைக்கிறார்கள்.அது இந்த துறையில் மட்டுமல்ல எல்லா துறையிலும் நிறைந்திருக்கிறது இங்கு சற்று அதிகமாயிருக்கிறது அவ்வளவுதான்''.

தான் தேடிக் கொண்டிருக்கும் குருஇவரேதான். வழக்கறிஞர் தொழிலும் நீதித்துறையும் புனிதமானது தான்என்று விநாயகத்திடம் வந்தபின் அறிந்து கொண்டசத்யராஜின் பார்வை நேரானது.அன்றிலிருந்து இன்றுவரை அவர் செய்கின்ற, சொல்லுகின்ற ஒவ்வொரு விஷயமும் சத்யராஜை அதிசயபடுத்தி கொண்டிருந்தன.வழக்கு வெற்றி பெற்றாலும் தோல்வி அடைந்தாலும் அவர்எப்போதும் போலவே அமைதியாக இருந்தார்.

"சார் இன்றைக்கு நன்றாக ஆர்க்யூ செய்தீர்கள். எந்த முன்னேற்றமும் இல்லாதிருந்த இந்த கேசுக்கு இப்போது உயிர் வந்துள்ளது. கண்டிப்பாக இதில் ஜெயித்து விடலாம்'' ஒரு வழக்கு விசாரணையில் உற்சாகத்தோடு சத்யராஜ் கூறியபோது.

"நீ நினைக்கிறது தப்புடா தம்பி. நம்முடைய ஆர்க்யூமெண்ட் எப்படி சிறப்பாக இருந்தாலும் கோர்ட்டுக்கு தேவைவிட்னஸ்அதாவது ஆதா-

ரங்கள். அது பக்காவாக இருக்க வேண்டும் அதில் உண்மை இருக்க வேண்டும். அப்படி கிடைக்கின்ற சரியான, உண்மையானஆதாரங்களை சற்று பட்டை தீட்டி வேண்டுமானால் நம்முடைய ஆர்கியூமெண்ட்மூலம் இன்னும் பளபளக்க செய்யலாம்.அதில்லாமல் உண்மை இல்லாத எவி-டென்ஷை நாம் எப்படி உயர்த்தி பிடித்தாலும் கடைசியில் அது கூலாங்-கல் தான் என்று பல்லிளித்துவிடும்''பக்குவமாகசட்ட பணிகளைபற்றி சொல்லிக்கொடுத்தார்.

“சில நேரங்களில் எவ்வளவு கடுமையாக உழைத்தாலும் உண்மை தோற்றுப் போகிறதே''தோல்வி பற்றி கேள்வி எழுப்பினான் சத்யராஜ்.

“உண்மை எப்போதும் தோற்றுப் போகாது. காற்றடைத்த பந்தை நீருக்குள் வெகுநேரம் எப்படி அமுக்கி வைத்து விட முடியாதோ அது போல தான் உண்மையும் வெளிவந்தே தீரும். தோல்வி என்பதும்-வெற்றி என்பதும் கடவுள் நமக்குத் தரும் பரிசுகளே.நாம்நம் கடமையிலி-ருந்து தவறினாலும், செய்ய வேண்டியதை செய்ய வேண்டிய நேரத்தில் செய்யாதிருந்தாலும், பணியில் கவனமில்லாமல் இருந்தாலும் கடவு-ளால் தோல்வி பரிசளிக்கப்படுகிறது. இதற்கு நேர்மாறாக செயல்பட்டால் வெற்றி கிட்டுகிறது. எனவே நம்முடைய தோல்விக்கு தெரிந்தோ தெரி-யாமலோ நாம் தான் காரணம்''.

“வெற்றியும் தோல்வியும் பற்றிய உங்களுடைய கடவுளின் தியரி-எனக்கு உடன்பாடுதான் என்றாலும்நீங்கள் சொல்வதெல்லாம் எனக்கு புரிந்தது போலும் உள்ளது புரியாதது போன்றும் இருக்கிறது''.

“இப்போதுதானே கேள்விகள் கேட்டு உன் அககண்ணை திறக்க முயற்சிக்கிறாய். உன் அகக்கண் நன்றாக திறக்கும்போது இந்தக் கடவு-ளின் தியரி உனக்கு எளிதில் விளங்கும்'' புன்னகையுடன் அவனுக்கு எல்லாவற்றையும் விளக்கினார்.

“சத்யா இன்னைக்கு எந்தெந்த கோர்ட்ஹால்லில்எல்லாம்நான் ஆஜராக வேண்டியுள்ளது என்று பார்த்து சொல்''.

“ஜே.எம்.ஒன்றில் c.c.no: 433/20மாடசாமிக்குபோட்டிருந்த ஜாமின் பெட்டிஷன் விசாரணைக்கு வருகிறது.ஜே.எம்.இரண்டில் சுப்ரமணி அடி-தடிகேசில் இன்று விசாரணை உள்ளது.மற்றொன்றுகுடும்பநல நீதிமன்-றத்தில் ரேகா கேஸ் உள்ளது''.

“மாடசாமி கேசுக்கு நான் ஆஜராகிறேன். நீ போய் சுப்பிரமணியிடம் சொல்லிவிசாரணையின்போது தவறை ஒத்துக்கொள்ள சொல்லி மன்னிப்பு கேட்க சொல். அது சாதாரண ஒரு பெட்டி கேஸ். நீதிபதி அபராதம் விதிப்பதோடுபிரச்சனை இன்றே தீர்ந்துவிடும். அதை மேற்கொண்டு நீடிக்க வேண்டாம். அது முடிந்தபின் உனக்கு பொழுது போக வேண்டுமென்றால் போய் குடும்ப நல நீதிமன்றத்தில் ரேகாவின்கேஸ் எப்படி நடக்கிறது என்று கேஸ் ஸ்டடி செய்”.

“அங்கு நான் வாதாட வேண்டி வருமா?”.

“நீ ஒன்னும் செய்ய வேண்டாம். பேசாமல் அமர்ந்து வேடிக்கை பார்த்தால்போதும். அது ஒரு விசித்திரமான வழக்கு. பொதுவாக இப்படி ஒரு வழக்கை அந்த நீதிமன்றத்தில் விசாரிக்க மாட்டார்கள். இதெல்லாம் காவல் நிலையத்தோடு முடிய வேண்டிய பிரச்சனை. ரேகாவின்எதிர்பார்ட்டிஅனு பெரும் கோடீஸ்வரி என்பதால்சுமூக தீர்வு வேண்டும் என்று ஸ்பெஷல் பெட்டிசன் தாக்கல் செய்து இன்று கவுன்சிலிங்கிற்க்கு அழைக்கப்பட்டிருக்கிறார்கள். மேலும் வழக்கைப் பற்றி தெரிந்துகொள்ள வேண்டுமானால்அனு தாக்கல் செய்துள்ள பெட்டிசனை படித்துப் பார்”.

4

“அம்மா நான் போயிட்டு வரேன்” என்று வீட்டைவிட்டு இறங்கிய ரேகா சுடிதாரில் இருந்தாள்.நீண்ட கூந்தலுடன்நல்ல கலராக சற்று உயரமாக இருந்தவள்தோளில் மாட்டியிருந்தபேக்குடன் தெருவில் இறங்கி நடக்கையில் கண்டிப்பாக திரும்பி பார்க்காத ஆண்களே அங்கு இல்லை என்று சத்தியம் செய்யும் அளவிற்கு அபார அழகுடன் இருந்தாள்.அவள் போவதை கவனிக்காதவர்கள் கூட அவள் மேல் வீசிய மைசூர் சாண்டல் சோப்பின்வாசனை மூக்கை துளைக்க சட்டென்று திரும்பி பார்த்தனர்.

எப்போதும் தெருமுனையில் உள்ள பஸ் ஸ்டாப்பிலிருந்து பஸ் ஏறி அலுவலகம் செல்பவள் இன்று வழக்கத்திற்கு மாறாக எதிர்ப்புறம் இருந்து பஸ் ஏறினாள். சீட்டில் அமர்ந்து டிக்கெட் எடுத்தபின் தன்னுடைய மொபைல் போனை எடுத்து அலுவலகத்தை தொடர்புகொண்டு “சார் எனக்கு உடல்நிலை சரி இல்லை. இன்று ஒரு நாள் லீவு வேண்டும்”என்று சரளமாக பொய் சொன்னாள்.மாவட்ட நீதிமன்றம் ஸ்டாப்பில் இறங்கிதன்னுடைய வழக்கறிஞர் இருக்கும் அறையை நோக்கி நடந்-

தாள்.

"குட் மார்னிங் சார் நான் உள்ளே வரலாமா?". "குட்மார்னிங் ப்ளீஸ் கம் இன். வாருங்கள் உட்காருங்கள்" என்று வரவேற்றார் விநாயகம்.

"இன்றைக்கு உங்களுடைய கவுன்சிலிங் காலை 11 மணிக்கு மேல்-தான் இருக்கும்.இன்று ஒரு சாதாரண கவுன்சிலிங் தான் ஒன்றும் கவலைப்பட வேண்டியதில்லை. இது என்னுடைய ஜூனியர் சத்யராஜ் இவர்தான் இன்று உங்களுடன் வருவார். உங்கள் வழக்கை பற்றி அவரி-டம் விரிவாக சொல்லுங்கள். நான் வேறு ஒரு வழக்கு விசாரணைக்காக செல்ல வேண்டியுள்ளது" என்று கூறி கிளம்பினார்.

ரேகா சற்றுநேரம் அமைதியாக இருந்தாள். அவளிடம் எப்படி பேச்சை ஆரம்பிப்பது என்பது தெரியாமல் சத்யராஜ் அவளுடைய கேஸ் பைலை கையில் எடுத்து புரட்டி பார்த்தபடியே அமர்ந்திருந்தான். அங்கு நிலவிய அமைதியை முடிவுக்கு கொண்டு வந்த சத்யராஜ்"மேடம் உங்க கேசை பத்தி கொஞ்சம் டிடெய்லா சொல்ல முடியுமா?" என்றார்.

ரேகாதன்னுடைய கதையை கூற தொடங்கினாள்."சார் என்னுடைய பெயர் ரேகா. என் அப்பாவின் பெயர் கந்தசாமி ஹெட் கான்ஸ்டபிளாக வேலை பார்க்கிறார். நான் இங்குள்ள ஒரு தனியார் நிறுவனத்தில் சிஸ்-டம் இன்சார்ஜாக வேலை செய்கிறேன். ஆறு மாதங்களுக்கு முன்பு நான் அந்த கம்பெனியில் வேலைக்கு சேர்ந்த போது வசந்த் என்பவர் அங்கு டீம் லீடராக இருந்தார்".

"ஹலோ மிஸ் இங்கே வாங்க இன்றைக்கு தான் புதிதாய் வேலைக்கு வருகிறீர்களா?"அலுவலகத்தினுள் நுழைந்தவுடனே எதிர்ப்பட்ட வசந்த் அவளிடம் கேட்டான்.

"ஆமாம் சார் போனவாரம்ஃபைனல்ரவுண்ட்இன்டர்வியூ அட்டன்ட்-பண்ணினேன்.ஜூனியர் சர்வர் அட்மினிஸ்டேடராகஇன்றைக்கு வந்து சேரச் சொல்லி அப்பாயிண்ட்மெண்ட் ஆர்டர் வந்திருக்கு" என்று பதில் சொன்னாள் ரேகா.

"நல்லது. என் பின்னால் வாருங்கள்" என்று அவளை அழைத்து சென்று ஒரு கேபினில் அமர வைத்தான்."இதுவரை இது என்னுடைய கேபினாக இருந்தது.இனிமேல்இதுதான் உங்களுடைய கேபின். இங்-குள்ள சர்வர்களின் அட்மினிஸ்ட்ரேட்டர் இனி நீங்கள்தான்.வேலைகளில் ஏதேனும் சந்தேகம் வந்தால் எப்போது வேண்டுமானாலும் நீங்கள்

என்னை தொடர்பு கொள்ளலாம்''.

கல்லூரியில் படித்துக்கொண்டிருந்த ரேகாவுக்கு அதுதான் முதல் கம்பெனி. கேம்பஸ் இன்டர்வியுவில் கடந்த ஆறு மாதங்களுக்கு முன்பே தேர்வாகி இருந்தாள்.சர்வர் மெயின்டனன்ஸிலும்கோடிங்கிலும்கைதேர்ந்தவளாக இருந்தாலும் புதிதாக வேலைக்கு சேர்ந்த இடத்தின் நடைமுறைகளை தெரிந்து கொள்ள அவளுக்கு ஓரிரு வாரங்கள் ஆனது.அதுவரை உடனிருந்து அவளுக்கு தேவையான உதவிகளை செய்த வசந்த் நன்கு பழக்கமானன்.

நாளாக நாளாகதொழில்முறை பழக்கம் நட்பாக வளர்ந்தது. சர்வர் மெயின்டனன்ஸ்ஸில் ரேகா காட்டியசிறிய ஈடுபாடும்அவனால் அளவுக்கு அதிகமாக பாராட்டப்பட்டது. அலுவலகத்தில் உள்ள அனைவரையும் விட அதிகமாக அவளிடம் சலுகை காட்டினான். அவனுடைய அந்தத் தனிப்பட்ட கவனிப்புஅவளை அவன் பால் ஈர்த்தது. அலுவலகத்தில் அவனுக்காக அவள் எதையும் செய்ய துணிந்தாள்.

‘‘ரேகா இந்த கோடிங் ப்ராசஸ் பிராஜக்ட் இன்று இரவுக்குள்டெஸ்டிங்முடித்து கண்டிப்பாக அனுப்பியாகவேண்டும். இன்று சற்று தாமதமானாலும் நீ இருந்து முடித்துக் கொடுத்துவிட்டு செல்வாயா'' என்று வசந்த் ஒருநாள் ரேகாவிடம் கேட்டான்.

‘‘கண்டிப்பாக செய்கிறேன்'' என்று கூறிய ரேகா அங்குள்ள ஒவ்வொரு டீமும் முடித்துக் கொடுத்த புரோகிராம்களை ஒருங்கிணைத்து பரிசோதித்துக் கொண்டு இருந்தாள். நேரம் போனதே தெரியவில்லை அவரவர் புரோகிராமை முடித்தவுடன் அனைவரும் கிளம்பி போயினர். அவற்றையெல்லாம் ஒருங்கிணைத்து முழு பிராஜெக்ட்டையும் டெஸ்டிங் செய்து அனுப்பி வைக்கும்போதுஇரவு மணி பதினொன்று ஆகியிருந்தது.

‘‘சார் ப்ராஜெக்ட் டெஸ்டிங் முடிந்து அனுப்பியாகிவிட்டது நான் கிளம்புகிறேன்'' என்று சொல்லி பேக்கை எடுத்துக்கொண்டு திரும்பியவளின் அருகே வந்து நின்றான் வசந்த். ‘‘ரொம்ப தேங்க்ஸ் நீ இல்லேன்னா இவ்வளவு சீக்கிரமா அந்த பிராஜக்டை முடித்து அனுப்பி இருக்க முடியாது''.

‘‘இதுக்கு எதுக்கு தேங்க்ஸ் சொல்றீங்க?அவசரம் வர்றப்ப வேலை செய்வதற்கு தான் நாங்க இங்கே பணியமர்த்தப்பட்டு இருக்கிறோம். இது எங்களுடைய கடமை''

“சரி எப்படி போவீர்கள்? இப்ப பஸ் இருக்காது நான் வேண்டுமானால் என்னுடைய பைக்கில் கொண்டு வந்து விடட்டுமா?”.

“வேண்டாம் நான் ஆட்டோ பிடித்து போய் கொள்கிறேன்” என்று ரேகா நாசுக்காக மறுத்தாள்.“ஒரு ஆட்டோ டிரைவர் மேல வைக்கிற நம்பிக்கை கூட என்மேல் இல்லையா?உன்னிடம் ஒரு முக்கிய விஷயம் பேச வேண்டியுள்ளது போகும் வழியில் சொல்கிறேன்” என்று சொல்லிக்கொண்டே நடந்தவன் போய் பார்க்கிங்கில் இருந்து பைக்கை எடுத்துக்கொண்டு வந்தான். பதில் பேசாமல் பின்னால் அமர்ந்தாள்ரேகா.

பைக் ஒரு பிரபல பெரிய ஹோட்டலுக்குள் நுழைந்தது. என்ன சொல்வதற்காக இந்த இரவில் நம்மை அழைத்து வந்திருக்கிறான் என்பதை யூகிக்க முடியாமல் அவனை பின் தொடர்ந்து லிப்டில் ஏறி ரூப்டாப் வந்தனர்.

மொட்டைமாடியில் அமைந்திருந்த அந்த திறந்தவெளி உணவகத்தில் காற்று சில்லென்று வீசியது. மங்கலான வெளிச்சத்தில் பல தடுப்புகள் உடன் உணவு கூடம் சுத்தமாகவும்மிக அமைதியாகவும் இருந்தது. அங்கே அமர்ந்து இருப்பவர்களை பார்த்து வெண்ணிலவும் நட்சத்திரக் கூட்டங்களும் கண்சிமிட்டி மகிழ்வித்தன.

தனித்திருந்த ஒரு டேபிளில் சென்று அமர்ந்து சிறிது நேரம் ஆன பின்னரும் இருவரும் பேசாது இருந்தனர். வசந்த் தன்னுடைய லேப்டாப் பேக்கை திறந்து ஒரு சிறிய பரிசு பொதியை எடுத்து அவளிடம் நீட்டினான்.அதை வாங்காமல்என்ன இது என்பது போல் ரேகா பார்க்க “கொஞ்சம் பிரித்து தான் பாரேன்” என்றான் வசந்த்.

அதை ரேகா பிரித்து பார்க்க உள்ளே அழகிய மோதிரம் இருந்தது.“ரேகா ஐ லவ் யூ” என்று மெல்லிய குரலில் கூறினான்.“ரொம்ப நாளா ஏன் உன்னை பார்த்த நாளிலிருந்து என்றுகூட சொல்லலாம் அன்றிலிருந்து உன்னை எனக்கு ரொம்ப பிடித்துப் போனது. நாளாக நாளாக உன் மேல் இருந்த அன்பு அதிகரித்து இங்கு கொண்டுவந்து நிறுத்தியிருக்கிறது” என்று சொல்லி மௌனமானான்.

கொஞ்ச நாளாகவே ரேகாவுக்குள்ளும் இதேநிலைதான்.எப்போது விடியும், எப்போது ஆபிசுக்கு போகலாம், எப்போது வசந்தை பார்க்கலாம், எது அவனுக்கு பிடித்தமான உடை அதையே அணிவது என்றெல்லாம் உறங்கும் நேரத்தில் கூட அவன் நினைவாகவே இருந்-

தாள்.அதனால் அவள் எதிர்ப்பேதும் காட்டாமல் அமைதியாக இருந்தாள்.அவளுடைய சம்மதத்தை அவள் முகம் கொண்ட நாணத்திலிருந்துஅந்த மெல்லிய வெளிச்சத்திலும் அறிந்துகொண்ட வசந்த் தைரியத்தை வரவழைத்துக்கொண்டு மோதிரத்தை எடுத்து அவளுடைய விரலில் மாற்றிவிட்டான்.

இந்த நிகழ்ச்சிக்குப் பின் அவர்கள் யாரை பற்றியும் கவலைப்படவில்லை. காதல் பறவைகள் அங்கே இங்கே என்று விருப்பப்பட்ட இடத்தில் எல்லாம் பறந்து திரிந்தன. வேலை நேரத்தில் கூடி கதை பேசி சிரிப்பது, செல்லமாக திட்டிக் கொள்வது தலையில் குட்டி கொள்வது, காதை பிடித்து இழுப்பதும் அதையெல்லாம் செல்போனில் படமாகவும்-வீடியோவாகவும் எடுத்து வைப்பதும்சாதாரணமாக நடந்தேறின.

“இப்படி எல்லாம் நன்றாகத்தான் போய்க்கொண்டிருந்த எங்களுடைய வாழ்க்கையை தேவையில்லாமல் அந்த அனு தான் உள்ளே புகுந்து கெடுத்து விட்டாள்.சீக்கிரம் வீட்டில் சொல்லி திருமணத்திற்கு ஏற்பாடு செய்யலாம் என நினைத்தேன் அதற்குள் இப்படி ஆகிவிட்டது”.

“சரி அந்த அனுஎன்கிற பெண்யார்? அப்படி என்னதான் உங்களுக்குள் பிரச்சனை என்று வழக்கு தொடர்ந்திருக்கிறார்”.

“வசந்துக்கும் அவளுக்கும் ஏற்கனவே பழக்கம் உண்டு என்றும்நான்தான் தேவையில்லாமல் அவர்களுடைய வாழ்க்கைக்கு இடைஞ்சலாக குறுக்கிடுவதாகவும் அவர் இல்லாமல் அவளால் உயிர் வாழ முடியாது என்றும் சொல்லி நீதிமன்றத்தில் வழக்கு தாக்கல் செய்திருக்கிறார்”.

“இதைப்பற்றி நீங்கள் வசந்திடம் விசாரித்தார்களா? அவர் என்ன சொன்னார்?”.

“இந்த பெண்ணிடமிருந்து வக்கீல் நோட்டீஸ் வந்த பிறகு என்னால் அவரை நேரிலும் செல்போனிலும் தொடர்பு கொள்ள முடியவில்லை. இன்று எப்படியும் கோர்ட்டுக்கு வருவார் அங்கு வைத்து பேசிக் கொள்ளலாம்”.

சத்யராஜுக்கு உண்மையிலேயே தலை சுற்றிக் கொண்டு வந்தது. இது என்ன புதுமையான கேசாய் இருக்கிறது.திருமணமாகாத இரு பெண்கள் ஒரு இளைஞனுக்காக வழக்காடுகிறார்கள்.அவன் உண்மையிலேயே காதலித்தது இவளையா அல்லது அவளையா? எதனால் இப்படி? இப்படியெல்லாம் யாராவது வழக்கு தொடுப்பார்களா?.

5

வசந்த் பைக்கை பார்க்கிங்கில் நிறுத்திவிட்டு மெதுவாக நடந்துநீதிமன்ற கட்டடத்தின் தெற்கு வாசல்பகுதியில் வந்துநின்றான். தூரத்தில் கார் பார்க்கிங்கில் அனுவின் கார் நின்றுகொண்டிருந்தது. அனு காரின் பின் இருக்கையில்அமர்ந்திருந்தாள். காருக்கு வெளியே நின்று வழக்கறிஞர் உடை அணிந்த நபர் ஒருவர் அவளிடம் பவ்யமாக பேசிக்கொண்டிருப்பது தெரிந்தது.

சென்ற வாரம் வரை எப்படி இருந்த தன்னுடைய வாழ்க்கை இன்று இப்படி ஆகிவிட்டதே? இருவர் முகத்திலும் முழிக்க முடியாமல் தலைமறைவாக நிற்கிறேனே.என் திட்டத்தில் எங்கு தவறு நேர்ந்தது.எத்தனை முறை யோசித்துப் பார்த்தாலும் அதற்கானவிடை தெரியவில்லை.வசந்தின் மனம் அனுவை சந்தித்த நேரம் தொட்டு நடந்தவைகளை மறுபடியும் அசைபோட துவங்கியது.

தனக்கான பிரத்யோகமொபைல் ஆப் ஒன்றை உருவாக்க வேண்டும் என்ற கோரிக்கையுடன் தங்களுடைய அலுவலகத்திற்கு வந்த அனுவை அப்போதுதான் முதல்முறையாக சந்தித்தான் வசந்த்.அவளுடைய உடையும் நடவடிக்கைகளும் அவள் ஒரு செல்வந்தர் வீட்டுபெண் என்பதை பறைசாற்றியது.

அவளுடைய தேவைகள் பூர்த்தியாகும்வகையில் ஒரு மொபைல் ஆப்பை உருவாக்கிஅது செயல்படும் முறைகளை சில தடவைகள் அவளுக்கு விளக்கமாக எடுத்துரைக்கும் சாக்கில் அவளோடு அதிக நேரம் செலவழித்தான்.அவளுடைய பேச்சிலிருந்து அவளுடைய அறியாமை வெளிப்பட்டது. பல கோடிகளுக்குஅதிபதிவீட்டில் அவள் ஒரே வாரிசு. படிப்பில் பெரிய அக்கறை இல்லாதவள்.சற்று பருத்த உடல் அமைப்பை கொண்டிருந்ததால் இயல்பாகவே ஏற்படும் தாழ்வு மனப்பான்மைகாரணமாகவெளி உலகோடு அதிக பரிச்சயம் இல்லாமல் வீட்டினுள் முடங்கிக் கிடக்கிறாள் இவளை சுலபமாக தன்னுடைய வழிக்கு கொண்டு வர முடியும்என்றுஅப்போதே முடிவு செய்துவிட்டான். தான் வாழ்க்கையில் செட்டிலாக இதைவிட சரியான பெண் கிடைக்க மாட்டாள் என்றுதீர்மானித்து அவளை வளைப்பதற்கான வழிகளை பின்பற்றத் தொடங்கினான்.

“வசந்த் எனக்கு ஒரு நல்ல லேப்டாப் வாங்க வேண்டும். இது போன்ற எலக்ட்ரானிக் பொருள்கள் வாங்குவதில் எனக்கு அத்தனை

அனுபவம் இல்லை இதுவரை நான் வாங்கிய லேப்டாப்களும் மொபைல் போன்களும் தரமில்லாமலும் என் விருப்பத்திற்கு ஏற்றார்போல் இல்லாமலும் இருந்து என்னை ஏமாற்றி இருக்கின்றன. எனக்கு பணத்தைப் பற்றி கவலையில்லை. ஆனால் வாங்குகின்ற பொருள் தரமானதாக இருக்க வேண்டும். நான் பார்த்ததில் இந்த துறையில் நீங்கள் பெரிய கெட்டிக்காரராக தெரிகிறீர்கள் அதனால் என்னுடன் கடைக்கு வந்து தரமான லேப்டாப் ஒன்றை தேர்ந்தெடுத்து தருவீர்களா?''.அனு தானாகவேவந்துவிழும் போது சும்மா விடுவானா வசந்த்? பசை போல் ஒட்டிக் கொண்டான்.

சந்தித்த சில தடவைகளில் நான் காட்டிய பாவனைகளால்தானாக என்னுடைய வலையில் வந்து விழுந்த கோடீஸ்வரி அனுவை எப்படி நான் கோட்டை விட்டேன்?சிலமாதங்களாகநான் திட்டமிட்டபடியே எல்லாம் நடந்து கொண்டிருந்ததே எப்படி இதில் ஓட்டை விழுந்தது? யோசித்துக்கொண்டே தூணில்சாய்ந்து நின்றான்.

செல்போன் ஒலிக்கும் சத்தம் கேட்டு எடுத்து பேசினான்.''ஹலோ குட் மார்னிங் சார். நான் செல்வராஜ். மாருதி ஷோரூமில் இருந்து பேசுகிறேன். போன மாதம் நீங்கள் வந்து புக் செய்திருந்த கார் தற்போது டெலிவரிக்கு தயாராக உள்ளது என்ற தகவலை சொல்வதற்காக ஒரு வாரமாக உங்களை தொடர்பு கொள்ள முயற்சித்தோம். ஆனால் முடியவில்லை நல்லவேளையாக தற்போது போனை எடுத்தீர்கள். இன்று கார் டெலிவரி எடுத்துக் கொள்கிறார்களா?'' மறுபக்கத்தில் இருந்து வந்த தகவலை கேட்கவே வசந்திற்க்கு எரிச்சலாக இருந்தது.

''ஹலோ நான் ஒரு முக்கிய மீட்டிங்கில் இருக்கிறேன். நானாக உங்களை தொடர்பு கொள்ளும் வரை நீங்கள் என்னை தொந்தரவு செய்யாமல் இருங்கள்'' என்று கூறி சட்டென்று அழைப்பை துண்டித்தான்.

மணி பத்தாகி இருந்தது இன்னும் அரை மணி நேரம் இருக்கிறது என்று நினைத்தவன் நீதிமன்ற வளாகத்திற்கு வெளிப்பகுதியில் இருந்த மரத்தடியில் மறைவாக நின்று ஒரு சிகரெட்டை பற்ற வைத்தான்.

ஒரு மாதத்திற்கு முன் ஒரு நாள் மாலை நேரத்தில்''வசந்த் சர்ப்ரைஸ் விஷயம் ஒன்று உங்களுக்கு சொல்லப் போகிறேன்.உடனே வாருங்கள்'' அனுவின் சந்தோசமான குரல் போனில் கேட்டவுடன் வசந்துக்கு உள்ளம் மகிழ்ச்சியால் பொங்கியது.

“இவ்வளவு சந்தோசமாக அழைக்கிறாள் என்றால்அது என்னவாக இருக்கும். கல்யாணத்தை பற்றி பேசுவதற்கோ? ஏற்கனவே என்னைப்-பற்றி வீட்டில் லேசாக சொல்லிவைத்துருப்பதாககூறினாளே ஒருவேளை-வீட்டில் திருமணத்திற்கு சம்மதித்து விட்டார்களோ? அவள் குரலில் தோன்றிய மகிழ்ச்சியை பார்த்தால் அப்படித்தான் தோன்றுகிறது. அப்-படியானால் ரேகாவை என்ன செய்வது? மாநில அரசியலில் முக்கிய புள்ளியும் நகரின் மிகப்பெரிய தொழிலதிபருமானசெந்தில்நாதனின் ஒரே மகளை திருமணம் செய்வதென்றால் அதற்காக யாரை வேண்டுமானா-லும் உதறித் தள்ள வேண்டியது தான். அதற்கு மேலும் அடம் பிடித்-தால் அவளை ஒரு ஓரமாக ஒருசெட்அப்பாக வைத்துக்கொள்ளலாம்” நினைக்கும்போதே வசந்த் இறக்கை இல்லாமலே வானில் பறக்க துவங்-கினான்.

வழக்கமான இடத்தில் அனுவை சந்தித்தபோது “பைக்கை ஓரமாக நிறுத்திவிட்டு வாருங்கள் நாம் ஒரு இடத்திற்கு போகப் போகிறோம்” என்று சந்தோசமாக அழைத்தாள். வசந்த் அவள் கூறியபடிபைக்கை நிறுத்திவிட்டு காரில் ஏறினான்.சற்றுகனத்த உடலுடன்வெளுத்த தேகத்து-டன்,குழந்தைத் தனத்துடன் காட்சியளித்தஅனுகாரை வேகமாக கிளப்பி அந்த பிரமாண்ட மாருதி கார் ஷோரூம் வாசலில் போய் நிறுத்தி-னாள்.இருட்ட துவங்கியிருந்த மாலை நேரத்தில் ஷோரூமில் நிறுத்-தப்பட்டிருந்த கார்கள் விளக்கொளியில் ஜொலித்தன. காரை விட்டு இறங்கிய அனு வசந்த் கையை பிடித்து இழுத்துக்கொண்டு உள்ளே போனாள்.

“உங்களிடம் கார் இல்லை பைக் மட்டும்தான் உள்ளது.என்னுடைய அப்பாவை சந்திக்க வரும்போது பைக்கில் வந்தால் மதிப்பாக இருக்காது என்பதால் இன்று உங்களுக்கு பிடித்தமான ஒரு காரை வாங்கலாம் என்பதற்காகவே உங்களை இங்கே அழைத்து வந்தேன்”என்று அந்த சர்ப்ரைசை உடைத்தாள். அது வசந்துக்கு இன்ப அதிர்ச்சியாக இருந்-தது. திருமணத்திற்கு முன்பே இலட்சங்களை செலவழித்து கார் வாங்கி கொடுக்கிறாள் என்றால் இவளை வைத்து வாழ்க்கையின் உச்சபட்ச உயரத்திற்கு சென்றுவிடவேண்டும் அதற்காக எதையும் செய்ய தயாராக வேண்டும்” என தீர்மானித்தான்.

ஷோரூமில் இருந்த கார்களையும் அதன் வசதிகளையும் அறிந்தபின் இருவரும் சேர்ந்து தங்களுக்கு பிடித்த காரை தேர்ந்தெடுத்தனர்.அன்றைக்கு அவன் தேர்ந்தெடுத்தகாரின் நிறம் ஸ்டாக் இல்லாததால் ஒரு மாதத்தில் டெலிவரி கொடுப்பதாக கூறினார்கள். அதன்படியே தற்போது அழைத்துக் கொண்டிருக்கிறார்கள் ஆனால் தற்போது அவனுடையநிலைமை தலைகீழாக மாறிவிட்டதை யார் அறிவார்கள்.

கையிலிருந்த சிகரெட் நெருப்பு விரல்களை தீண்டிய உடன் சுயநினைவுக்கு வந்து சிகரெட்டை சுண்டி எறிந்து கையை உதறிக் கொண்டான்வசந்த். தூரத்தில் ரேகா வழக்கறிஞர் அலுவலகத்தில் இருந்து வெளிப்பட்டு நீதிமன்ற வளாகம் இருக்கும் கட்டடத்தை நோக்கி நடப்பது தெரிந்தது.

6

“வணக்கம் நண்பர்களே பிரபலங்கள் உங்களுடன் என்ற நிகழ்ச்சிக்காக நான் உங்கள் வர்ஷா. இன்று நம்முடன் இந்நிகழ்ச்சியில் சிறப்பு விருந்தினராக குடும்பநல நீதிமன்ற நீதிபதி மாண்புமிகு கோவிந்தன் அவர்கள் கலந்து கொள்கிறார்கள். வாருங்கள் அவருடன் நம்முடைய உரையாடலை துவங்கலாம்” என்று கேமராவை பார்த்து பேசியவள் பின்னர் புன்முறுவலுடன் நீதிபதியை பார்க்க அவரும் கேமராவை நோக்கி கை கூப்பினார்.

“வணக்கம் மாதர் டிவிநேயர்களே என்ன தான் இது மகளிருக்கான சேனலாக இருந்தாலும் அதன் செயல்பாடுகள், நிகழ்ச்சிகள் மிக பயனுள்ளவையாக இருக்கின்றன. உலகெங்கும் பலதரப்பட்ட டிவி சேனல்கள் உள்ளன. பக்திக்காகபல சேனல்கள் உண்டு. ஆடவருக்கான பிரத்தியோக சேனல்கள் உள்ளன. பயணத்திற்கான சேனல்களும் உண்டு. குழந்தைகளை கவர பல நூறு சேனல்கள் உள்ளன. ஆபாச நிகழ்ச்சிகளை 24 மணி நேரமும் வீடுகளுக்கு கொண்டுபோய் சேர்க்க கூட சேனல்கள் உண்டு. அது ஏன் விலங்குகளுக்கும் பிற உயிரினங்களுக்கும் என்றுகூட நிறைய சேனல்கள் இருக்கின்றன. ஆனால் எனக்குத் தெரிந்து உலகில் மகளிருக்காக பிரத்தியோகமாக நடத்தப்படும் ஒரு சேனல் இதுவாகத்தான் இருக்கும் என நம்புகிறேன்.அதிலும் இங்கு வெட்டியாக பொழுதைப் போக்க நெடுந்தொடர்களையோ சினிமா நிகழ்ச்சிகளையோ ஒளிபரப்பாமல் இருப்பது பெரும் மாறுதல். இந்த ஒரு

காரணத்திற்காகவே இதை வணங்க கடமைப்பட்டிருக்கிறேன்''.

"எங்களுடைய உயர் முயற்சியை அறிந்ததற்கும் வாழ்த்தியதற்கும் நன்றிஐயா. எங்களுடைய சேனலின் முக்கிய நோக்கமேபெண்களின் நலன், பாதுகாப்பு, முன்னேற்றம் ஆகியவற்றை குறிக்கோளாக கொண்டது. இவற்றிற்கான தகவல்களை எங்களுடைய நேயர்களுக்கு கொண்டு போய்சேர்க்கும் பொருட்டு இந்தியசட்டங்களில்பெண்களுக்கு வழங்கப்பட்டுள்ள உரிமைகளையும் வாய்ப்புகளையும் பற்றி அறிந்துகொள்ள விரும்புகிறேன்''.

"ஓ தாராளமாக.உலகிலேயே இந்திய சட்டங்கள் தான் பெண்களுக்கும் குழந்தைகளுக்கும் மிக கவனத்துடன் தனித்துவமாக உருவாக்கப்பட்டவை. இந்த ஒரு மணி நேர ப்ரோக்ராமில் பெண்களுக்கு தேவையான அனைத்து சட்ட விதிமுறைகளையும் கூறிவிட முடியாது. ஆனால் மிக முக்கியமான சில தகவல்களையாவது சொல்லி விடலாம் என நினைக்கிறேன் இடையில் உங்களுக்கு ஏதேனும் சந்தேகங்கள் ஏற்பட்டால் கேட்டுக்கொள்ளுங்கள்''என்று கூறியவர்புதிதாக கொண்டு வரப்பட்டுள்ள குடும்ப வன்முறை சட்டம் என்றால் என்ன?எவை எல்லாம் பாலியல் துன்புறுத்தல்கள்? அதை மேற்கொள்ளும் குற்றவாளிகளுக்கான தண்டனைகள் என்ன? பணிபுரியும் நிறுவனங்களில் கண்டிப்பாக அமைக்கப்பட வேண்டிய பாலியல் தடுப்பு குழு எவ்வாறு செயல்பட வேண்டும்? அவசர காலங்களில் பெண்கள் தொடர்பு கொள்ள வேண்டிய முகவரி மற்றும் தொலைபேசி எண்கள் ஆகியவற்றை கூறி அதை எப்படி பயன்படுத்த வேண்டும் என்று வழிமுறைகளையும் கூறினார்.

"முதலில் பெண்களுக்கு யாரெல்லாம் எதிரிகளாக வரக்கூடும் என பாருங்கள்.அப்படி வரிசைப்படுத்தி பார்க்கும்போது முதலில் வருவது குடும்ப உறுப்பினர்கள், நண்பர்கள், சமுதாயம் என்ற வரிசையிலேயே அமைகிறது.

பெற்றவர்களே பல சமயங்களில் ஆண் குழந்தைக்கும் பெண் குழந்தைக்கும் பாகுபாடு காட்டுகின்றனர். இதன் நீட்சியாக பள்ளிகளிலும் கல்லூரிகளிலும் தொடர்கதையாகதொடர்கிறது. இதன் காரணமாகத்தான் விளையாட்டு துறையிலும்என்சிசி, என் எஸ் எஸ் போன்ற மாணவர் அணிகளிலும் பெண்களின் பங்களிப்பு பெரும்பாலும்பூஜ்ஜியம் என்ற அளவிலேயே உள்ளது.

கல்லூரி பருவம் முடிந்து வேலைக்கு சென்றால் பணியிடங்களிலும் இதே கதைதான்.அலுவலகத்திலோஅல்லது பொது இடத்திலோ ஒரு-பெண்விடா முயற்சியினாலும் அர்ப்பணிப்பு உணர்வினாலும் கடும் உழைப்பினாலும்முன்னேறினாலும்பிரபலமானாலும்அது ஆண்களுக்கு மட்டுமல்ல பிற பெண்களுக்குமே பொறுப்பதில்லை.ஒரு ஆண் வெற்றி பெற்றார்என்றால் லக் என்றவர்கள் ஒரு பெண் வெற்றி பெறும்போது எல்லாம் ஒரு அட்ஜஸ்ட்மெண்ட் தான்என்றார்கள்.அதிலும் வெற்றி பெற்ற பெண் சற்று அழகாகவோ அல்லது கொஞ்சம் துடுக்குத்தனத்-துடன் இருந்தாலோ கேட்கவே வேண்டாம்.இவள் அப்படிதான் என்று முத்திரை குத்தி விடுவார்கள்''.

''என்னதான் சாமர்த்தியம் இருந்தாலும் கைவினைத் தொழிலில் கெட்டிக்காரர்களாக இருந்தாலும் எத்தனை பெண்களால் வெற்றி பெற்ற தொழில் முனைவராக மாற முடிந்திருக்கிறது?. காரணம் இன்றுள்ள சமூக அமைப்பு முறை பல்வேறு விதமான சீண்டல்களைமேற்கொள்கி-றது. அது பாலியல் ரீதியில் உடம்பை தீண்டி தான் ஆக வேண்டும் என்பதில்லை. மனதால் புறம் பேசி பேசியே ஒரு பெண்ணை சீண்ட முடியும் தளர்ந்து போக செய்ய முடியும். அப்படிப்பட்ட மனரீதியான தாக்குதல்கள் இங்கே அதிகம். இதற்கு பயந்து போய் புலிப்பாய்ச்சல் பாய வேண்டியவர்கள் நத்தையாய் சுருண்டு கொள்கின்றனர். வீட்டிற்-குள்ளேயே முடங்கி போகிறார்கள்''.

''மிகவும் சரியாக சொன்னீர்கள் ஐயா. ஆனால் இதிலிருந்து மீள சமூக கட்டுப்பாடுகளை உடைத்துக்கொண்டு குடும்ப உறவுகளை மீறி வெளிவரவேண்டும் என்று பெண்களுக்கு அறிவுரை சொல்கிறீர்களா?''.

''இல்லவே இல்லை. தேவையில்லாத சமூக கட்டுப்பாடுகளைஉ-டைத்துக்கொண்டுமுன்னேறிவரவேண்டும்என்றுதான் சொன்னேன். ஒரு போதும் குடும்ப உறவுகளை மீறி என்று சொல்லவில்லை. ஏனென்றால் ஒருவர் வெற்றி பெற குடும்ப உறவுகளில் பிணைப்பு சுமூகமாக இருக்க வேண்டும். குடும்ப உறவுகள் சரி இல்லாமல் ஒருஆணாலோபெண்-ணாலோ வெற்றி பெற முடியாது. அப்படியே வெற்றி பெற்றாலும் அந்த மகிழ்ச்சியை பங்கிட்டு கொள்ளவாவது உறவுகள் வேண்டுமே. வெளிப்ப-டுத்த முடியாத மகிழ்ச்சியும் தாங்கிக்கொள்ள முடியாத சோகமும்யாருக்-கும் நன்மை பயக்காது''.

“அப்படியானால் பெண்களுக்கு குடும்பத்தில் எந்த நெருக்கடி வந்தாலும் உறவுகளை விட்டு பிரியக் கூடாதுஎன்கிறீர்களா? உங்கள் குடும்ப நல நீதிமன்றத்தில்இதுபோல் பல ஆயிரம் வழக்குகளைபார்த்திருப்பீர்களே?”.

“உண்மையை சொல்வதென்றால் குடும்பங்கள் எக்காரணத்தைக் கொண்டும் பிரியக்கூடாது என்பது என்னுடைய விருப்பம். முதலில் நான் ஒரு சாதாரண மனிதன், குடும்ப தலைவன். எனக்கும் குடும்பம், மனைவி, மகள் உண்டு. எப்படி கிரிமினல் மற்றும் சிவில் வழக்குகளில் ஆவணங்களின் அடிப்படையில் சாட்சிகளைக் கொண்டு குற்றத்தை தீர்மானிக்கிறோமோ அதுபோல் குடும்ப நல நீதிமன்றத்தில் மனசாட்சியை கொண்டு முடிந்தவரை இருவரையும் இணைப்பதற்கு முயற்சிக்கிறேன். பல சமயங்களில் அந்த முயற்சி வெற்றி பெறுகிறது”.

“ஒரு சிறிய மனத்தாங்கல் எப்படி ஒரு அழகான குடும்பத்தை சிதைத்து விடுகிறது என்பதை சொல்வதற்காகவும்குடும்ப உறவுகள் எவ்வளவு முக்கியத்துவம் வாய்ந்தது என்பதை விளக்கவும் ஒரு வழக்கினை பற்றி கூறுகிறேன். இதன் தீர்ப்பு பற்றி நான் கூறபோவதில்லை. இரண்டு பக்கத்திலும் அவர்கள் எடுத்து வைத்த வாதத்தை அப்படியே உங்களுக்கு சொல்கிறேன் எப்படிபிரச்சனையை தீர்ப்பது என்று நீங்களே முடிவு செய்து கொள்ளுங்கள்”.

“முன்பு நான் அரசுப்பணியாளர்கள் குறைதீர்ப்பு மையத்தின் நடுவர்மன்ற நீதிபதியாகபணி செய்த காலத்தில்ஒரு பெண் ஐஏஎஸ் அதிகாரி தன்னுடைய கணவன்தன்னை பணிக்குச் செல்ல விடாமல் தடுப்பதாகவும் தன்னுடைய நற்பெயருக்கு களங்கம் ஏற்படுத்தும் வகையில் செயல்படுவதாகவும் குற்றம்சாட்டி அவர் மேல் ஒரு புகார் அளித்து அதிலிருந்து தனக்கு ஒரு தீர்வு வேண்டும் என கோரியிருந்தார்.அவருடைய கணவரும் ஒரு அரசு அதிகாரி அந்த மனுவின் மீது நடவடிக்கை எடுக்கவிசாரிக்க கணவனை கோர்ட்டில் ஆஜராகும்படி சம்மன் அனுப்பியிருந்தேன். குறிப்பிட்ட நாளில் அவரும் கையில் ஒரு பச்சிளம் குழந்தையை ஏந்தியவாறு விசாரணை மையத்திற்கு வந்திருந்தார். அந்தப் பெண் அதிகாரியும் வந்திருந்தார்.

“ உங்கள் மனைவி உங்கள் மேல் புகார் கொடுத்திருக்கிறார் இதுபற்றி உங்களுடைய பதில் என்ன”என்று என்னுடைய விசாரணையை

தொடங்கினேன்.

“ஐயா என்னுடைய பெயர் சந்திரன். நான் கிராம நிர்வாக அதிகாரியாக பணிபுரிகிறேன். இது என்னுடைய மனைவி மனோகரி 10 ஆண்டுகளுக்கு முன் நாங்கள் இருவரும் காதலித்துஇரண்டு குடும்பத்தின் எதிர்ப்பையும்மீறி கலப்பு மணம் புரிந்து கொண்டோம்.அதனால் இன்றுவரை எங்களுடைய இரு குடும்பத்தாரும் எங்களிடம் பேசுவதில்லை. நாங்களும் அதை பொருட்படுத்தாமல் இந்த நகரத்திற்கு இடம் பெயர்ந்து வந்துவிட்டோம். திருமணத்திற்குப்பின் என் மனைவியை அவருடைய விருப்பப்படியேமேற்கொண்டு படிக்க வைத்து ஐஏஎஸ் தேர்வு எழுத வைத்து தலைமைச் செயலகத்தில் முக்கிய பொறுப்புக்கு வர உதவியாக இருந்தேன்”.

சந்திரன்பேசிக்கொண்டிருக்கும்போதே கையிலிருந்த குழந்தை வீறிட்டு அழ ஆரம்பித்தது.கையிலிருந்த குழந்தையை மெதுவாக அசைத்து மேலும் கீழும் ஆட்டி அதை சமாதானப்படுத்த முயன்றார் ஆனால் போகப்போக குழந்தையின் அழுகை அதிகமானது. உடனே அவர் என்னிடம் அனுமதி வாங்கிக்கொண்டு அறையின் ஓரத்தில் இருந்த பெஞ்சில் போய் அமர்ந்து தான் கொண்டு வந்திருந்த கைப்பையில் இருந்த பால் புட்டியை எடுத்து குழந்தைக்கு ஊட்ட துவங்கினார். பாலைப் பருகிய குழந்தை சற்று நேரத்தில் கண்அயர்ந்தது. டேபிளில் ஒரு துணியை விரித்து அதில் குழந்தையை படுக்க வைத்துவிட்டு சந்திரன் திரும்பி வந்தார்.

திரும்பவும் தன் தரப்பு நியாயத்தை கூறத் துவங்கினார். “இந்நிலையில் பல வருடங்கள் கழித்து சென்ற ஆண்டு கருவுற்ற என் மனைவி கடந்த மாதம் 21ஆம் தேதி ஒரு பெண் குழந்தை பெற்றெடுத்தார். சரியாக ஒரு மாதம் கூட நிறைவடையாத நிலையில் உடனே பணிக்கு திரும்ப வேண்டும் என்று அவசரப்பட்டு இரு வாரங்களாக என் சொல்லை மீறியும் மருத்துவர்களின் ஆலோசனையை மீறியும் செயல்படுகிறார்.நான் குழந்தைக்காக மட்டுமல்ல அவருடைய உடல் நிலையையும் கருத்தில் கொண்டே வேலைக்கு செல்ல வேண்டாம் என தடுத்தேன் அரசாங்க பணியை இவர் செய்யாவிட்டாலும் பல லட்சம் பேர் உள்ள அரசு இயந்திரம் இயங்க தடையேதும் இல்லை. ஆனால் என் குழந்தைக்கு தாய் என்பவர் இவர் மட்டும் தானேஇவர் இல்லையென்றால்

என் குழந்தை என்னாவது? இவர் கொடுத்த புகாரின் அடிப்படையில் என்னை விசாரிப்பது எவ்வகையில் நியாயம்?".

"அவர் கூறியதில் இருந்தநியாயம் என்னை யோசிக்க வைத்தது. அரசாங்கமே பெண்களுக்கு பேறுகால விடுப்பு 2 மாதம் ஒதுக்கி இருக்கும்போது இவர் ஏன் அத்தனை அவசரமாக பணிக்கு திரும்புகிறார்?" என எனக்குள் கேள்வி எழுப்பியது அதை நேரடியாக அவரிடமே கேட்டேன்.

"ஐயா நான் இங்கு பொறுப்பேற்று2 வருடங்களே ஆன ஒரு ஜூனியர் கிரேட் ஐஏஎஸ் ஆபிஸர். இந்த நேரத்தில் விடுமுறை எடுக்காமல்பணியில் சற்று கவனம் செலுத்தினால் என் உயர் அதிகாரி ஓய்வு பெறும் போது அந்த இடத்திற்கு நான் முன்னேற முடியும். இவர் இதுபோல் பேசிக் கொண்டிராமல் வீட்டில் இருந்து குழந்தையை கவனித்துக் கொண்டால் நான் சிறப்பாக பணியாற்றி உயர் பொறுப்புக்கு போக முடியும் அல்லவா? இதை ஏன் புரிந்து கொள்ளாமல் இப்படி எனக்கு இடைஞ்சல் செய்கிறார்" கூறிய அந்த அதிகாரி கண்ணீர் விட்டாள்.

"ஐயா நான் வேண்டுமானால் பணிக்கு போகாமல் வீட்டிலிருந்து குழந்தையை பார்த்துக் கொள்ள இயலும். ஆனால் பசித்து அழும்போது என்னால் பால் ஊட்ட முடியுமா? அதற்கு தாய்தானே வேண்டும். நீங்கள் சொல்லலாம் புட்டிபால் கொடுக்கலாமே என்று ஆனால் தாய்ப்பால் குடிப்பது தானே குழந்தையின் உடலுக்கு நல்லது" அந்த கணவன் அப்பாவியாக ஆனால்நியாயமான தன்னுடைய வாதத்தை முன்வைத்தார்.

"இதுபோன்ற வழக்கில் எப்படி தீர்ப்பு எழுதுவது என்பதை நீங்களே முடிவு செய்யுங்கள். பெரும்பாலான பெண்களுக்கு எது முன்னேற்றம், எது சுதந்திரம், எது முக்கியம் என்று சிந்தித்து முடிவெடுக்க முடியாமல் பல சமயங்களில் சிக்கிக் கொள்கிறார்கள். இவ்வாறான சூழ்நிலைகளில் சமயோசிதமாக முடிவெடுக்க வேண்டும் எனில் தொடர்ச்சியான படிப்பும் அன்றாட உலக அறிவும்தேவை. பலர் பள்ளி, கல்லூரி பருவங்கள் முடிந்தபின் எந்த ஒரு புத்தகத்தையும் கையால் கூட தொடுவதில்லை. பொது அறிவை மேம்படுத்துகின்ற சேனல்களை கூட பார்க்காமல் பொழுதுபோக்கு நிகழ்ச்சிகளை கண்டு மகிழ்கின்றனர்.தன் வீட்டிலோ அடுத்த வீட்டிலோ நடக்கும் தவறுகளை சரி செய்ய முயற்சிக்காதவர்கள் தொலைக்காட்சித் தொடரில் வரும் நாயகிக்காக கண்ணீர் வடிக்கின்-

றனர். தங்களுடைய பொன்னான நேரத்தை வீணடிப்பதில் பெருமகிழ்ச்சி கொள்கின்றனர். அதுவே பூரணமான வாழ்க்கை என்று திருப்தி கொள்கின்றனர்''.

''இதை எப்படி மாற்றலாம் என்று நினைக்கிறீர்கள். பெண்களின் வாழ்க்கை தரம் உயர எதையெல்லாம் செய்ய வேண்டும் என்று நினைக்கிறீர்கள்?''.

''ஒவ்வொருவருடைய வாழ்வியல் முறையும் ஒவ்வொரு வகையானது அதில் உள்ளே புகுந்து மற்றவர் மாற்றிவிடலாம் என்று நினைப்பது அபத்தமானது. அவரவர் வாழ்க்கை எப்படிப்பட்டது என்று அவர்களுக்கு மட்டுமே தெரியும். ஆனால் ஒன்றை மட்டும் என்னால் உறுதியாக கூற முடியும் சட்டமேதை டாக்டர் அம்பேத்கார் கூறிய ஒன்றை உங்களுக்கு அடிக்கோடிட்டு காட்ட விரும்புகிறேன்.**படியுங்கள் படியுங்கள் மேலும் மேலும் படியுங்கள் மரணம் வந்து உங்களை தழுவி கொள்ளும் போதும் கூட படியுங்கள். படிப்பு ஒன்று மட்டுமே உலகை மாற்ற கூடிய ஒரு சக்தி வாய்ந்த ஆயுதம். அதைக்கொண்டு எத்தகைய கடினமான ஒரு களத்திலும் வெற்றி பெற முடியும்.**எனவே உங்களுக்கு விருப்பமான எத்தகைய புத்தகங்கள் கிடைத்தாலும் படிக்கத் துவங்குங்கள். ஒருநாளைக்கு ஒரு பத்து பக்கமாவது படியுங்கள் இந்த பழக்கம் உங்களை நல்ல புத்தகங்களை தேடி செல்லக்கூடிய வாய்ப்பை உருவாக்கும்.அப்போது உங்களைச் சுற்றி நேர்மறை எண்ணங்கள் தோன்றும். மனம் அமைதியடையும் பக்குவப்படும் ஒரு பிரச்சனையை பல முனைகளிலும் நின்று ஆராய்ந்து பார்க்கச் சொல்லும். சற்று அவகாசம் எடுத்து ஆராய்ந்து பார்க்கும்போது நமக்கு வந்த பிரச்சினைகள் அற்பமாய் தோன்றும்.இதற்காக இவ்வளவு அலட்டிக் கொண்டோம் இதற்காக பயந்து ஓடினோம் என்ற புன்சிரிப்பு முகத்தில் படரும். எப்போதும் புன்னகையோடு காணப்படும் பெண் அழகாக தெரிவாள் அவள் அழகு குடும்பத்தையும் பற்றிக்கொள்ளும் அவள் அமைதி குடும்பத்தையே சந்தோஷத்தில் வைத்திருக்கும்.அதனால் உறுதியாக சொல்கிறேன்நல்ல புத்தகங்கள் நல்ல சமுதாயத்தை உருவாக்கும் என்பதில் எனக்கு அசைக்க முடியாத நம்பிக்கை உள்ளது''.

''நன்றி ஐயா இத்தனை நேரம் எங்களுடன் கலந்துரையாடி எங்களுடைய தன்னம்பிக்கையை வளர்த்ததற்கு மீண்டும் நன்றி''.

கேமராஆஃப் செய்யப்பட்டு விளக்குகள் அணைக்கப்பட்ட உடன் கோகிலா ஓடிவந்து சேரில் அமர்ந்திருந்ததந்தையின் தோளில் தட்டி"வெரி குட்டாடி சூப்பரா பேசினீர்கள். பஸ்ட் இன்டர்வியூ என்கிறதால் பயந்துகிட்டே இருந்தேன்.ஏதாவதுசொதப்பி இருந்தா அவ்வளவுதான் வர்ஷா என் பிரண்டுக கிட்ட எல்லாம் சொல்லி என்னை கிண்டலடித்து கொன்று இருப்பாள்"என்று அவர் தலையை கலைத்து காதோரம் இருந்த ஒரு நரை முடியை சட்டென்று இழுத்து கோவிந்தன்ஆ என்று கத்தும் அழகை ரசித்தாள்.

"ஏய் வர்ஷா எப்படிடி இருக்குளங்க அப்பாவோட இன்டர்வியூ எதுவும் சொதப்பிடல்லையே"

"எக்ஸலண்ட் கோகிலா நான் கூட சார் நிறைய சட்ட பாயிண்டுகளை சொல்லி சாதாரண அதிக படிப்பறிவில்லாதநேயர்களை குழப்பி விட்டு விடுவாரோ என்று பயந்தேன். ஆனாஎல்லோரும் தெரிந்து கொள்ள வேண்டிய விஷயங்களைச் சொல்லிப்ரோக்ராமை இன்ட்ரஸ்டிங்கா முடித்துவிட்டார். பெரும்பாலும் எதையும் எடிட் செய்ய வேண்டிய தேவை இல்லாமல் செய்துவிட்டார். இப்படிப் பேசுவார்என்று தெரிஞ்சிருந்தா ஒரு லைவ் ப்ரோக்ராமே பண்ணி இருக்கலாம்".

"தெரியாத விஷயத்தையோ பொய்களையோ சொல்லும்போதுதான் பதட்டப்படாமல் இருக்கரிகர்சல் பார்க்கணும்.எனக்கு தெரிந்த விஷயங்களை, உண்மைகளை சொல்ல ஏன் பதட்டபடனும். சரி ப்ரோக்ராம் முடிந்தது இல்லையா நான் கோர்ட்டுக்கு கிளம்பலாமா? மணி பத்து ஆக போகுது" என்றவாறு எழுந்து தன்னுடைய அறைக்குச் சென்று கோர்ட்டுக்கு செல்ல தயாரானார் கோவிந்தன்.

7

"டேய்கதிர்பைக்கை அப்படியே கடைவீதியில்இருக்கும் அந்த இரண்டு கடைகளுக்கு இடையே ஒரு சின்ன சந்து தெரியுது பாரு அதுல கொண்டுபோய் மறைவாய் நிறுத்து".

கதிர் சண்முகம் சொன்னபடியே இரண்டு கடைகளுக்கு இடையில் தெரிந்த சிறிய சந்தில் கொண்டு போய் பைக்கை நிறுத்தினான். அதிகாலை மூன்று மணி. கடல் காற்று பயங்கர குளிராக வீசிக்கொண்டிருந்தது. சண்முகம் சந்தில் இருந்து மெதுவாக வெளிப்பட்டு கடைவீதியில் ஏதாவது அசைவு தெரிகிறதா என்று உன்னிப்பாக பார்த்தான்.

ஏதோ பேச முயற்சித்த கதிரை "சத்தம் போடாதே" என்பது போல் வாயில் விரல் வைத்து சைகை காட்டி அமைதியாக்கினான்.நீண்டிருந்த கடைவீதி மிகவும்அடங்கிப் போயிருந்தது. கடல் காற்றுக்கு கடைகளின் முன் கட்டியிருந்த தோரணங்களும் விளம்பர பதாகைகளும் ஆடிக்கொண்டு இருந்ததை தவிர அங்கு வேறு சலனம் ஏதும் இல்லை.சண்முகம்மூடியிருந்த ஒரு கடையின் படிக்கட்டில் போய் அமர்ந்தான் அங்கிருந்து பார்க்க கடல் தெரிந்தது.

அவனுடைய செய்கைகளைக் கண்டு கதிருக்கு குழப்பமாக இருந்தது. மாலையில் அவன் இங்கு வந்து இறங்கிய போது சந்தோஷத்தோடு வரவேற்றவன் ரெஸ்டாரன்ட் அழைத்துச் சென்று உணவு வாங்கி கொடுத்தான். சந்தோசமாக பேசியவன் நைட் ஷோ போகலாம் என்று இரவு காட்சிக்கு அழைத்துச்சென்றான். படம் முடிந்தபின் அங்கு சுற்றி இங்கு சுற்றி திரிந்து விட்டு கடற்கரையோரமாக ஒரு வேலை இருக்கிறது அதை முடித்து விட்டு அறைக்கு செல்வோம் என்று அழைத்துவந்தான். இங்கே வந்த பிறகு ஏதோ மர்மமான வேலைகளை செய்கிறான்.ஏன் எதற்காக இப்படி செய்கிறான் என்று கதிர் யோசித்தான்.

"கதிரு கொஞ்சநேரம்பேசாமல் கவனமாகஅதோ கடல் பக்கமா உடைஞ்ச பில்டிங் இருக்கு இல்லையா அதைகொஞ்சம்கவனமாகபாரு. அங்கிருந்து தான் நமக்கு சிக்னல் வரும் அதை நம்ம தவற விடக்கூடாது".

"சிக்னல்என்றால் எப்படி? விசில் அடிப்பாங்களா இல்ல லைட் காமிப்பாங்களா?".

"நீ நிறைய சினிமா பார்த்து கெட்டுப்போயிருக்கே. எந்தக் காலத்து டெக்னிக்கை இப்பசொல்ற. மொபைலில் வரும் ஓடிபி மாதிரிஒவ்வொரு முறையும் ஒவ்வொரு சிக்னல். இந்த முறை அந்த கட்டடத்துப் பக்கத்துல ஆட்களோட நடமாட்டம் தெரிஞ்சா மெதுவா கிட்ட போயி தீப்பெட்டி இருக்கா அப்படின்னு கேட்டா போதும். அவன் நம்முடைய அடையாளத்தை வெரிஃபி பண்ணிட்டு சரக்கை கொடுப்பான். முதலாளி கொடுத்திருக்கிற இந்த பையைஅவன்கிட்ட கொடுத்துட்டு அவன் தருவதை வாங்கிட்டு நாம திரும்பி பார்க்காமல் கிளம்ப வேண்டியதுதான்".

"சரக்குனு சொல்றியே அது என்னடா தங்கமா, கஞ்சாவா, இல்ல ஆயுதங்களா?" கதிர் ஆர்வம் கொப்பளிக்க சண்முகத்திடம் கேட்டான்.

“நீ சொல்றதுஎதுவுமே இல்ல. வருவது போதை மாத்திரைபார்சல்.கடலைப்பருப்பு சைஸில் இருக்கும் ஆயிரம் மாத்திரைகள் கொண்ட பாக்கெட்டுக்கு பல லட்ச ரூபாய் விலை கொடுக்கணும். அதுக்கு முதலாளி கொடுத்த பணம் தான் இந்தப் பையில் இருக்கு”.

“இதை வாங்கிக் கொண்டு போய் பலஇடங்களில்விற்பனை செய்து முதலாளியிடம் கொடுக்கணுமா?”.

கதிரின் அப்பாவிதனத்தை நினைத்து சிரித்த சண்முகம் “என்னடா கதிர் ஸ்கூல் பையன் மாதிரி இப்படி கேக்குற. இந்த பாக்கெட் சமாச்சாரம் எவ்வளவு பெரிய ரிஸ்க் தெரியுமா? இதையெல்லாம் நாம கொண்டு போயி வித்துக்கிட்டு இருக்க முடியாது. கையில் ஒரு மாத்திரையை வைத்து இருக்கும்போது மாட்டினாலும் அவ்வளவுதான் வருஷக்கணக்கில் உள்ளே இருக்கணும். ஜாமீனில் கூட வெளியே வருவதை நினைத்துப் பார்க்க முடியாது”.

“அப்புறம் இதை வச்சு என்ன செய்வ. நீயும் உன் முதலாளியும்பயன்படுத்துவதற்காக இவ்வளவு விலை கொடுத்து வாங்குறீங்க”.

“சீச்சீ இந்த கருமத்தை மனுஷன் பயன்படுத்துவானா?. உலகத்தில் எந்த பழக்கத்தை பழகினாலும் இது மட்டும் ஆகாதுடா கெட்ட சகவாசம். பழக்கம் வந்துச்சுஅவ்வளவுதான் மெதுவா நம்ம உடல அரிச்சு ஆயுளையேமுடித்துவிடும். இதுபோக இப்படி இலட்சக்கணக்கில் காசு கொடுத்துவாங்கி நம்மள மாதிரி ஆளால் உபயோகிக்க முடியுமா? நாமே ஆயிரம் இரண்டாயிரத்துக்கு அல்லாடிக்கொண்டு தப்பான வழியில ராத்திரி பகலா அலைந்து திரிய வேண்டியிருக்கு. இப்ப வாங்கிட்டு போறதெல்லாம் ரொம்ப பெரிய இடத்து ஆளுகளுக்காக. இதை வாங்கி முதலாளி சொல்லும் பெரிய ஹோட்டல்களிலும், பார்களிலும் சிலசமயம் பணக்கார பசங்களிடமும் கொண்டுபோய் கொடுத்தால் போதும். அதோடு என்னுடைய வேலை முடிந்து விடும்”.

“இந்த வேலை யாருக்கும் தெரியாமல் செய்கிறாயே உனக்கு யார் தான் சம்பளம் கொடுக்கிறது”.

தான் இருக்கும் சூழ்நிலையையும் இடத்தையும் கூட மறந்து சண்முகம்வாய் விட்டு சத்தமாக சிரித்தான்.“ஆமாண்டா நான் பெரிய அரசாங்க உத்தியோகத்தில் இருக்கேன் பாரு. மாசமான சம்பளம் கிடைக்க. இப்படி சரக்கை வாங்கி, கொடுக்க வேண்டிய இடத்தில் பிரச்-

சனை இல்லாமல் பாதுகாப்பாக கொண்டு போய் சேர்த்தால் ஒவ்வொரு முறைக்கும் சரக்கின் அளவுக்கேற்ப முதலாளி ஐயாயிரம் பத்தாயிரம் கொடுப்பார்.அதுதான் சம்பளம். சில சமயங்களில் வாங்குகின்ற பணக்-காரர்கள் சந்தோஷப்பட்டு கையில் இருக்கிற பணத்தை வாரி இறைப்-பார்கள் அதுதான் போனஸ் என்று நினைத்து சந்தோஷப்பட வேண்டிய-துதான்''.

கதிர் மனதினுள்உடனே கணக்குப் போட துவங்கினான். ஒரு நாளைக்கு 10000 ரூபாய் என்றால் மாதம் 30 நாளைக்கும் வேலை செய்தால்மூன்றுலட்சம் ரூபாய்.“அடேயப்பா” என்று வாய்விட்டு கூறி-யவன் மெலிதாக விசில்அடித்தபடி“டேய் சண்முகம் என் தெய்வமே நீ தாண்டா. எனக்கு ஒரு வழியை காமிடா நீ பாக்குற இந்த வேலையை எனக்கும் வாங்கி கொடுடா. சாயங்காலம் ஊர்ல இருந்து வந்ததிலி-ருந்து உன்னிடம் வேலைகேட்க தான் காத்திருந்தேன். நீ சொல்ற இந்த வேலை எனக்கு ரொம்ப பிடிச்சிருக்கு. தயவுசெஞ்சு இதிலேயே என்னை சேர்த்துவிடு” என்றபடி சண்முகத்தின் கையை கெட்டியாக பிடித்தான்.

சண்முகம் திடுக்கிட்டான் “டேய் உனக்கு நான் சொல்றது புரிய-லையா? நீ நினைக்கிற மாதிரி இது ஒன்னும் உத்தமமான வேலை இல்-லடா. கடத்தல் அதுவும் போதை பொருள் கடத்தல். ஒவ்வொரு முறை-யும் உயிரை பணயம் வைத்து வேலையில் இறங்கணும். ஏதேனும் பிரச்-சனை என்றால் கடத்தல்காரர்கள் என்னை உயிரோடு விட்டு வைக்க மாட்டார்கள்.அதுபோல நகர் முழுவதும் போதை பொருள் தடுப்பு போலீ-சார் சுற்றிக் கொண்டே இருக்கிறார்கள். அவர்களிடம் மாட்டினாலும் அவ்வளவுதான் வாழ்க்கையே முடிந்து போகும். நீ யோசிக்கிற மாதிரி இது ஒன்றும் டெய்லி நடக்கிற விஷயமும் இல்லை. மாதத்தில் மூன்று நான்கு முறை வேலை கிடைத்தாலே பெரிய விஷயம்.கெடுபிடி அதி-கமிருக்கும் சமயத்தில்ஒன்று, இரண்டு மாதங்கள் வேலையே இல்லாமல் கூட இருக்கும். நானும் என்னுடைய குடும்பத்தை காப்பாற்றுவதற்காக தான் ஊரு விட்டு ஊரு வந்து ரூமில் தனியாக தங்கி இந்த கேவ-லமான காரியத்தை செய்து கொண்டிருக்கிறேன். இதை எப்படியாவது விட்டுவிட்டு ஊரைப் பார்த்து போக வேண்டும் என்ற எண்ணமே என் மனதில் நிறைந்து இருக்கிறது. இப்ப போய் நீ வந்து இதில் சேரணும் என்று சொல்றியே அப்படி என்னடா உனக்கு கஷ்டம். நீ தான் நல்லா

படிக்கிறவன் ஆச்சே காலேஜ்க்கு எல்லாம் போயிருக்கியே.உனக்கு ஏன் இந்த நிலை?".

"சண்முகம் நீ நினைக்கிற மாதிரி எங்க வீடு பழைய மாதிரி வசதியா இல்லடா. நாம் பள்ளிப்படிப்பு முடித்து காலேஜ்க்குள் நுழையும்போது வீட்டில் ஒவ்வொரு இடியாக விழ தொடங்கி விட்டது. பள்ளிப்பருவத்தில் எங்க வீடு எவ்வளவு செழிப்பாக இருந்தது என்று உனக்கு தெரியும் இல்லையா?".

"தெரியாதா என்ன எத்தனை முறை உங்க வீட்டுக்கு வந்திருக்கிறேன். நைட் ஸ்டடினு சொல்லிட்டு உங்க வீட்ல வந்து தானே மேட்ச் பார்ப்போம். எங்க எல்லாருக்கும் உங்க அம்மாவும் உன் தங்கச்சியும் எப்படி விழுந்து விழுந்து கவனிப்பார்கள். அதெல்லாம் தான்உன்னை பார்த்த உடனேயே என் மனசுல தோன்றுகிறன. என் வாழ்க்கையிலேயே முத முதல்ல உங்க வீட்ல தான்டா வந்து விதவிதமானசுவீட்களும்ஐஸ்கிரீமும் சாப்பிட்டேன்".

சண்முகம் பழைய நினைவுகளுடன் கடை திண்ணையில் அப்படியே சாய்ந்து படுத்தான். அவன் மனதில் கதிர் குடும்பம் செய்த உதவிகள் வந்து வந்து நிழலாடின.அவர்கள் செய்த உதவிகளுள் மிகப்பெரியதாக தோன்றியது அவன் பத்தாம் வகுப்பு படிக்கும்போது நடந்தது.

கதிரை பார்க்க ஒரு நாள் அவன் வீட்டிற்கு சென்றிருந்த போது"வாடா சண்முகம் உள்ளே வா. கதிர் கடைக்குப் போய் இருக்கிறான் இப்போ வந்துருவான். நீ உள்ளே வா நான் போய் காபி கொண்டு வருகிறேன்".

லட்சுமி அம்மா காபி போட்டு கொண்டு வரும் வரை கதிர் வரவில்லை."ஏன்டா சண்முகம் சாப்பிட்டியா ஏன் ஒரு மாதிரியா இருக்கே வீட்டில் ஏதாவது பிரச்சனையா இல்லை பரீட்சை நெருங்கி வருவதுபற்றி பயந்துக்கிட்டு இருக்கியா?" கதிரின் அம்மா காபி கோப்பையை அவனிடம் நீட்டி ஆறுதலாக கேட்டாள். சண்முகம் ஏதும் சொல்லாமல் மௌனமாக இருப்பதை பார்த்தவுடனே அவனுக்கு ஏதோ பிரச்சினை இருப்பதை புரிந்து கொண்டாள்.

"டேய் நீயும் எங்கள் மகனைப் போல தாண்டா. உனக்கு என்ன பிரச்சனை என்றாலும் எங்களிடம் தாராளமாக சொல்லலாம். முடிந்தால் அதை தீர்க்க நாங்களும் முயற்சிப்போம் அல்லது முடியாவிட்டாலும்

உனக்கு ஆறுதல் சொல்லவாவது எங்களால் முடியும் இல்லையா. ஏதாவது இருந்தால் மனம் திறந்து பேசு'' அவனுக்கு எதிரே அமர்ந்து கனிவான குரலில் கேட்டார்.

அவளுடைய அன்பு சண்முகத்தை ஏதோ செய்தது. அவ்வளவு நேரம் இறுக்கமாக இருந்தவன் மனம் கரையை உடைத்துக்கொண்டு பாயும் வெள்ளமென வெளிப்பட்டது.குமுறிஅழுதவன்''அம்மா எங்கள் வீட்டு கஷ்டம் உங்களுக்குத்தான் தெரியுமே. அம்மா வேலைக்கு சென்றால் தான் எங்கள் வீட்டில் சாப்பாடு. நான்கைந்து நாட்களாக அம்மாவின் உடம்புக்கு முடியவில்லை. இரண்டு முறை பக்கத்தில் உள்ள அரசு மருத்துவமனைக்கு அழைத்துச் சென்றேன் ஆனால் சரியாகவில்லை. நேற்று போன போது ஏதேதோ டெஸ்ட் எடுக்க வேண்டும் என்று எழுதி கொடுத்திருக்கிறார்கள். அதற்கான வசதி இங்குள்ள மருத்துவமனையில்-இல்லாததால் வெளியே தனியார் லேபில் பரிசோதித்து வரும்படி கூறியிருக்கிறார்கள். என் கையில் பணம் இல்லை. யாரிடம் கேட்பதுஎன்றும் தெரியவில்லை. எங்களுக்கு இங்கு உறவினர்கள் யாரும் இல்லை. அதுதான் நேற்றிலிருந்து கலங்கிப் போய் இருக்கிறேன்''.

''அவ்வளவுதானா இதற்குப் போய் தான் இப்படி அழுதுகொண்டிருக்கிறாயா? இதற்கு உதவாமல் பிறகு எதற்காக நாங்கள்இங்கு இருக்கிறோம். கொஞ்சம் பொறு நான் கிளம்பி வருகிறேன். நான் உன் அம்மாவை டெஸ்ட்டுக்கு கூப்பிட்டு போய் வருகிறேன். நீ வீட்டிலிருந்து கவனமாக பாடம்படி'' என்று கூறி அறையினுள் சென்ற லட்சுமி உடை மாற்றிக் கொண்டு கையில் சிறிது பணத்துடன் கைப்பையை எடுத்து வந்தாள். அவர்கள் வெளியேற தயாரானபோது கதிரின் அப்பா வீட்டினுள் வந்தார். அவரிடம்லட்சுமி நிலவரத்தை சொல்ல அவர் தன் பங்குக்கு பர்ஸில் இருந்த பணம் முழுவதையும் எடுத்து அவளிடம் கொடுத்தார்.

''ஆஸ்பத்திரிக்கு போய் காட்டிவிட்டு அவங்க வீட்டுக்குஒருவாரத்துக்கு தேவையான உணவுப் பொருள்களையும் வாங்கி கொடுத்துட்டு முடியுமென்றால் சமைத்து வைத்து விட்டு வா. டேய் சண்முகம் மறக்காம நாளைக்கு ஸ்கூலுக்கு போறதுக்கு முன்னாடி இங்கே வந்து பரிட்சைக்கு கட்ட வேண்டிய பணத்தையும் வாங்கிக்கொண்டு போய் பள்ளியில் கொடுத்து ரசீது வாங்கிட்டு வாடா'' என்று சொல்லி இருவரையும் அனுப்பி வைத்தார்.

அந்த இக்கட்டான நாளின் பசுமையான நினைவுகள் சண்முகத்திற்கு அவன் தனித்து இருக்கும் பல நேரங்களில் கண்முன் தோன்றுவதுண்டு. இன்றும் கதிர் பேசுவதை கேட்க கேட்க அவன் மனம் கடந்த காலத்தை நோக்கிப் போவதை அவனால் தடுக்க முடியாது அந்த நினைவுகளி-லேயே மூழ்கி இருந்தான்.

“அவ்வளவு வசதியாகவாழ்ந்த உங்களுக்கு என்னடா ஆச்சு ஏன் இந்த தொழில் செய்கிறேன் என்ற அளவுக்கு மட்டமான நிலைக்கு வந்து விட்டாய்” சட்டென்று எழுந்து உட்கார்ந்த சண்முகம் கதிரை பார்த்து கேட்டான்.

“ஊர்ல சொந்தமாக ரைஸ்மில், பைனான்ஸ் நடத்திக்கொண்டிருந்த அப்பாவிடம் ஒருத்தன் வந்து பார்ட்னராக சேர்ந்தான். என்ன மாயம் செய்தானோ ரெண்டு மூணு வருஷத்துல எல்லா தொழிலிலும் லாஸ் என்று சொத்துக்கள் எல்லாம் கைய விட்டு போயிருச்சு. ரைஸ் மில், தோட்டம், வீடு எல்லாம் போய் நடுரோட்டுக்கு வந்துட்டோம்டா. அந்த நேரத்தில் தட்டுத்தடுமாறி நான் டிகிரி முடித்து இருந்தேன். திடீர்னு ஒரு நாள் அப்பாவுக்கு பக்கவாதம் வந்து படுத்த படுக்கையாகி விட்டார். வாடகை வீட்டில் இருந்தபடி நானும் அம்மாவும் ஆளுக்கு ஒரு வேலையை பார்த்து கொஞ்சம் சம்பாதித்து கொண்டு வருவதில் எங்க அப்பாவுக்கு வைத்தியம் பார்க்கிறதுக்குதான் சரியா இருக்கு. இப்ப படிப்ப முடிச்சிட்டு இருக்கிற என் தங்கச்சியை மேற்கொண்டு படிக்க வைக்கி-றதுக்கோ, கல்யாணம் செய்து கொடுக்கிறதுக்கோ எங்களிடம் துளியும் பணமில்லை.நம்ம ஊரில் எப்படி சுத்தி பார்த்தாலும்எட்டாயிரம் அல்லது பத்தாயிரம் சம்பாதிப்பது பெரிய விஷயமா இருக்கு. இந்த நிலையில்-தான் போனவாரம் நம்ம கூட படிச்ச பிரகாசை பார்த்தேன். அவன் நீ நல்ல வேலையில் இருப்பதாகவும் அடிக்கடி கார்களில் பறப்பதை பார்த்-ததாகவும் சொன்னான். அதனால் தான் உன்னை சந்தித்து உதவி கேட்-கலாம் என்று வந்தேன்”.

கதிர் கூறியதை கேட்ட சண்முகத்திற்கு துக்கம் தொண்டையை அடைத்துக் கொண்டது அதை வெளிக்காட்டாமல் “யாரு அந்த உளறு-வாயன் பிரகாஷ் தானே. அவனை ஒருநாள் சரக்கு கொண்டு போகும் வழியில் ஒரு ஸ்டார் ஹோட்டலில் வைத்து பார்த்தேன். அன்றைக்கு-பகல் நேரம் என்பதால் யாருக்கும் சந்தேகம் வரக்கூடாது என்பதற்காக

ஹோட்டலுக்கு போகும்போது முதலாளியின் கார்ல போனேன். அதை பார்த்திருப்பான் போல ஒரு நாள் பார்த்ததை அடிக்கடி பார்த்தது போல்-உன்னிடம் அள்ளி விட்டிருக்கிறான். சரி உன்னுடையநிலைரொம்பமோ-சமாக தான் இருக்கு என்றாலும் உனக்கு இந்த தொழில் வேண்டாம். இதைஎப்படி சரி செய்யலாம் என்று பின்னர் பேசிக்கொள்ளலாம். நீ என்னுடன் இருப்பதை யாரும் பார்த்து விட்டால் வம்பு. அதனால் நீ இப்படியே நேராக நடந்து போய் மெயின் ரோட்டில் ஏதேனும் ஆட்டோ பிடித்து கோர்ட்டுக்கு எதிரே இருக்கும் சன் சைன் ஹோட்டலுக்கு போ. அங்கே பதினாறாம் நம்பர் அறை என்னுடையது இந்தா சாவி நீ போய் அங்கேயே தங்கிக் கொள். நான் காலையில் வந்து உன்னை பார்க்கி-றேன்''.

''பரவாயில்லை சண்முகம் நான் உன் கூட இருக்கிறேன். வேலையை முடித்த பின் இருவரும் ஒன்றாய் போவோம்''.

''கதிர் உனக்கு இந்த தொழிலை பற்றி தெரியாது. கேடுகெட்ட இந்த தொழிலை விட்டு எப்போது ஓடுவது என்று நானே நேரம் பார்த்து காத்திருக்கிறேன். அப்படி நான் தொழிலை விட்டு ஓடினால் இவர்கள் என்னை உயிரோடு விடப்போவதில்லை. எப்படியும் நான் எங்கிருக்கி-றேன் என்று கண்டிப்பாக தேடுவார்கள். என்னுடைய ஒரே உறவான என் அம்மாவை நான் ஏதேனும் ஒரு மறைவிடத்திற்கு கொண்டு-போய் காப்பாற்றினால் போதும் என்ற நிலையில் இருக்கிறேன். என்-னோடு நீயும் ஏதேனும் ஒருவகையில் தொடர்புடையவன் என்று அவர்-கள் தெரிந்து கொண்டால் பின் உன்னை பற்றி விசாரித்து உன்னையும் தேடத் தொடங்குவார்கள் நீ ரொம்ப சிரமப் படுவாய். ஏனென்றால் உன் அப்பாவையும் அம்மாவையும் சகோதரியையும்அழைத்துக்கொண்டு உன்னால் அதிகதூரம் ஓட முடியாது என்று தோன்றுகிறது. எனவே இப்போது நான் சொல்வதை கேள். நான் வேலையை முடித்துவிட்டு காலையில் ரூமுக்கு வருகிறேன் இந்தா சாவியை பிடி நட'' என்ற-வன் கதிரின் கைகளில் சாவியுடன் சில நூறு ரூபாய் நோட்டுகளையும் திணித்தான்.

தயக்கத்துடன் அதை வாங்கிக் கொண்ட கதிர் மெதுவாக இருளான தெருவில் இறங்கி நடந்து காணாமல் போனான்.

8

கணேசன் வேலைக்குபோனபின் வீடு அமைதியாக இருந்தது. திருக்கருகாவூர் அருள்மிகு கர்ப்பரக்ஷாம்பிகை அம்மன் கோவிலுக்கு காலையிலேயே போய் வரலாமா என்ற எண்ணம் பூங்குழலி தோன்றியது. போன வாரம் மகளிர்குழு கூட்டத்திற்கு சென்றிருந்தபோது இந்த கோவிலை பற்றி கல்யாணி மாமி கூறியது ஞாபகத்துக்கு வந்தது.வீட்டிற்குள்ளேயே இருந்தால் அவள் தலை தெரியும் போதெல்லாம் மாமியாரின் கொடூரமான வார்த்தைகள் அவளை நோக்கி வீசப்பட்டு கொண்டே இருந்தது.இதை கேட்டுக்கொண்டே இருந்தால் ஒருவேளை சீக்கிரத்தில் தான் ஒரு பைத்தியம் ஆகி விடுவோமோ என்று பூங்குழலிக்கு தோன்றியது.

திருமணமாகி நான்காண்டுகளாக குழந்தை இல்லாமல் இருப்பது அத்தனை பெரிய தவறா? ஏன் இதை எல்லோரும் பெரிய விஷயமாக எடுத்துக் கொள்கிறார்கள். இதுவரை சந்தித்த டாக்டர்கள் எல்லாம் இருவரையும் சோதித்து விட்டு இருவருக்கும் எந்த குறைபாடும் இல்லை கொஞ்சம் நாள் தாமதமானால் தான் என்ன? என்று வெகு சாதாரணமாக சொல்கிறார்களே.மாமியாரும் சொந்த பந்தங்களும் பேசுவதை தான் காது கொடுத்து கேட்க முடியவில்லை.

எல்லோருக்கும் யாரையாவது ஏதாவது ஒரு வகையில் புறம் பேசவோ அல்லது தேவைப்படும் போது எதிரெதிரே நின்று குறை சொல்லி எதிராளியின் மனதை நோகடிக்கவோ ஒரு விஷயம் வேண்டும்.பூங்குழலிக்கு எதிராக பேசுவதற்கு எல்லாருக்கும் கிடைத்த விஷயம் குழந்தையின்மை.

அவள் இல்லாத நேரங்களில் அவளைப் பற்றி புறம் பேசியவர்கள் அவளை பார்த்தால் அட்வைஸ் பண்ணுகிறேன் பேர்வழி என்று ஏதேதோ கோவில்களைப் பற்றியும்பரிகாரங்களை பற்றியும் மருத்துவர்களை பற்றியும் வாய்க்குவந்ததை எல்லாம் சொல்லத் தொடங்கினார்கள்.

அதுபோலத்தான் கல்யாணி மாமி சொன்ன விஷயமும்என்று நினைத்த பூங்குழலி வாரம் ஒரு முறை உள்ளூரில் உள்ள கோவில்களுக்கு செல்கிறோம் அதுபோல் இம்முறை மாமி சொன்ன கோயிலுக்கு சென்றால் தான் என்னஎன்று நினைத்தாள்.பக்கம் தானே போவதற்கு ஒரு மணி நேரம் ஆகலாம்அவ்வளவுதானே புதிதாக ஒரு கோவிலை தரிசித்தது போல் ஆயிற்றுஎன்று பூங்குழலி திருக்கருக்காவூர் போக முடிவு செய்தாள்.

கைப்பையை எடுத்துக்கொண்டு கிளம்ப உள்ளறையில் இருந்து மாமியாரின் குரல் ஓங்கி ஒலித்தது.“போடி போ போய் நல்லாஊர்மேய்ந்திட்டுவா. நீயும் உன் குடும்பமும் செய்த பாவம் தான் நம்ம பரம்பரை தளைக்க உன் வயிற்றில் இருந்து ஒரு வாரிசு வராமல் போகுது. எங்களுடைய வம்சத்தையே கருக வைத்த பெருமை உனக்கே வந்து சேரட்டும். போ நல்லா போய் சுத்திட்டு வா”.ஒரு குடும்பத்தின் பெரிய மனுஷி இப்படி எல்லாம் பேச முடியுமா? வீட்டின் பெரியவர்கள் வாயிலிருந்து இப்படிப்பட்ட அக்கினிப் பிழம்பு வார்த்தைகளைஅவர்களின் வாரிசுகள் மீதுகொட்டலாமா?

பூங்குழலிக்குக் கோபம் பொத்துக்கொண்டு வந்தது.“பாவம் செய்தது யார்? ஊரிலுள்ள பாவப்பட்ட தொழிலாளிகளுக்கும் சிறுவியாபாரிகளுக்கும் அநியாய வட்டிக்கு பணம் கொடுத்து அவர்களின் வயிற்றில் அடிப்பது யார்? நாங்களா உங்கள் குடும்பமா?” பதிலுக்கு கத்திவிட்டு மாமியாரின்பதிலுக்கு காத்திராமல் வீட்டை விட்டு வெளியேறி தெருவில் இறங்கி நடந்தாள். பஸ் ஏறி திருக்கருக்காவூர் போய் இறங்கினாள். பேருந்து நின்ற இடத்திலிருந்து பார்க்கவே கோவிலின் கோபுரம் தெரிந்தது.

கோவிலை நெருங்கி செல்லசெல்ல ஒருவித இனிய நறுமணம் அவளை வரவேற்றது. அது முல்லை பூவின் நறுமணமா அல்லதுபசுநெய்யின்மணமா என பிரித்தறிய முடியாமல் இருந்தது. வீதியின் இருபுறமும் இருந்த கடைக்காரர்கள் தங்களுடைய கடையில் இருந்து பூஜை பொருளை வாங்கி செல்லுமாறு சத்தமிட்டு அழைத்தனர். ஒரு வயதான பெண்மணி அழைத்த கடைக்கு சென்ற பூங்கொடி பூஜை சாமான்கள் வாங்கினாள்.

“அம்மா குழந்தை வரம் வேண்டி வந்திருந்தால் நெய் வாங்கி செல்லுங்கள். அம்பிகைக்கு அபிஷேகம் செய்து கர்ப்பகிரகத்தில் நெய்யால் மோழுகி அவர்கள் தரும் அரிசி மாவினால் கோலமிட்டு வேண்டிக்கொள்ளுங்கள்.கோவிலில் தரும் நெய் பிரசாதத்தை வீட்டிற்கு கொண்டு சென்று தினமும்காலை வேளையில் நீங்களும் உங்கள் கணவரும் 48 நாட்கள் உட்கொள்ள கண்டிப்பாக அந்தக்கர்ப்பரட்சம்பிகை உங்கள் கவலையை தீர்ப்பாள். கண்டிப்பாக குழந்தை பாக்கியம் கிடைக்கும் நம்பிக்கையுடன் செல்லுங்கள்”.

ஊரில் பலரும் பலவித கோவில்களை பற்றி சொல்லும்போது ஏற்படும் எரிச்சல் அந்த கடைக்கார பெண்மணி பேசும்போது ஏற்படவில்லை. தன்னுடைய கடையில் வியாபாரம் நடக்க இதுபோல் வருபவர்களிடம் நம்பிக்கையான வார்த்தைகளை வியாபாரிகள் கூறுவதுண்டு என்று நினைத்து பூங்குழலி அமைதியாக அதைக் கேட்டுக் கொண்டாள்.

அவள் அமைதியை புரிந்துகொண்ட கடைக்காரி "அம்மா இங்கே வருபவர்கள் பிறர் சொல்ல கேள்விப்பட்டு தான் வந்திருப்பார்கள் ஆனால் நான் இந்தஊர்க்காரி.பல நூற்றாண்டுகளாக இங்கு குடிகொண்டிருக்கும் அம்பிகைக்கு பணிவிடை செய்வதே முன்பு எங்களுடைய குல தொழிலாக இருந்தது. அதனால் இந்த அம்பிகையின் சக்தி என்ன என்று எனக்குத் தெரியும். தயவுசெய்து உங்களுடைய வேண்டுதலின் மேல் நம்பிக்கை வையுங்கள். நம்பிக்கையுடன் செய்யும் எந்த காரியமும் முழுமையான பலனை தரும்".

"கோயிலுக்கு வருபவர்கள் எல்லோரும் கண்டிப்பாக இறை நம்பிக்கையுடன் தானே வருகிறார்கள். அனைவருக்குமே இறைவனிடம் அவர்கள் வேண்டிய வரம் கிடைக்குமா?".

"என்னம்மா இப்படி கேட்டு விட்டீர்கள். நம்பிக்கையுடன் வருபவர்களுக்கு இறைவன் கண்டிப்பாக அருள்புரிவான் ஆனால் பக்தர்கள் தான் அவனை சரியான முறையில் கெட்டியாகப் பிடித்துக் கொண்டு பலன் பெறாமல் போய்விடுகிறார்கள்".

பூங்குழலி ஏதும் பேசாமல் கடைக்காரியை பார்க்க "இன்னும் நம்பிக்கை வரவில்லை என்றால் நான் சொன்னதை நீங்களே பரிசோதித்துப் பாருங்கள்.இங்கிருந்து கோவிலை நோக்கி செல்லும்போது உங்களைச் சுற்றிலும் நடப்பதை கவனிக்காமல் இறை நம்பிக்கையுடன் கடவுளை நோக்கி ஒருமுகமாக செல்லுங்கள். அம்பிகையின் சன்னதியில் தரிசனத்திற்கு நிற்கும் போது உங்கள் மனதில் தோன்றும் கேள்விகளை அவளிடமே கேளுங்கள். கருவறையில் தெரியும் தேவியின் திருவுருவை உங்கள் மனதிற்குள் கொண்டு வாருங்கள். வேண்டுதல்களை அவள் முன் வையுங்கள் எந்த ரூபத்திலாவது அவளிடம் இருந்து பதில் கிடைக்கும். நம்பிக்கையோடு போய் வாருங்கள்"கனிவான பேச்சும் அவளுடைய உருவமும் பூங்குழலிக்குநம்பிக்கையை உண்டு செய்தது.

தான் அணிந்து வந்திருந்த செருப்பை அங்கேயே விட்டுவிட்டு கோவிலுக்கு சென்றாள். பூங்குழலி அருகே செல்ல செல்ல கோவிலின் பிரம்மாண்டம் அவளை அதிசயிக்க வைத்தது.தலை வாயிலில் ஒரு விநாயகர் கோவிலும் அதற்கு எதிர்புறம் ஒரு பெரிய தெப்பக்குளமும் பக்தர்களை வரவேற்றது. நான்குபுறமும் உயர்ந்த கோட்டைச் சுவருடன் விசாலமான பிரகாரம் அமைந்திருந்தது. முல்லைவனநாதர் தனி சன்ன-தியிலும் கர்ப்பரட்சாம்பிகை அம்பாள் தனி சன்னதியிலும் எழுந்தருளி இருந்தனர்.

அம்பிகையின் சந்நிதியில் வேண்டிக் கொள்பவர்கள்கருவறையின் முன் பூஜைப் பொருட்களுடன் காத்திருந்தனர். வேண்டுதல் பலித்து அருள் பெற்றவர்கள் துலாபாரம் காணிக்கை செலுத்தவும் தங்களுடைய நேர்த்திக் கடன்களை தீர்த்துக் கொள்ளவும் குடும்பத்துடன் வந்து இருந்-ததால் அங்கு பெரும் கூட்டம் கூடியிருந்தது.நிறைய பேர்பச்சிளம் குழந்-தைகளை கொண்டு வந்திருந்ததால் அந்த இடமே மகிழ்ச்சியால்நிறைந்-திருப்பதாக பூங்குழலிக்குதோன்றியது.

“ஆண்டவா இங்கிருப்பவர்கள் அனைவரும் குழந்தைகளோடு மகிழ்ச்சியாக இருக்க எனக்கு மட்டும் ஏன் இந்த தண்டனை? இது யார் செய்த பாவம் என் முன்னோர்களா! நானா என் மனச்சாட்சிக்கு தெரிந்து நான் எந்த தவறும் செய்யவில்லையே அப்படியே அறிந்தோ அறியாமலோ நான் ஏதேனும் தவறு செய்திருந்தால் என்னை மன்னிக்க கூடாதா? மன்னிக்க முடியாத பெரும் குற்றம் செய்த பாவியா நான்? அதற்கு ஆயுளுக்கும் தண்டனை அனுபவிக்க வேண்டியதுதானா?”உள்-ளுக்குள் மனம் குமுறியது கண்களில் நீர் வடிந்தது.

பூங்குழலி வரிசையில் நின்று தரிசனம் காண காத்திருந்தாள். அம்-பிகையின் சந்நிதி கருவறையை நெருங்க நெருங்க அந்த மண்டபத்தில் ஏதோ மாற்றம் ஏற்படுவதை உணர்ந்தாள்.அந்த கல் மண்டபத்தில் வெப்-பம் திடீரென அதிகரிப்பதை போல் அவளுக்கு தோன்றியது வியர்த்துக் கொட்டி உடைகள் நனைந்தது.திடீரென்று வயிறை பிசைவதை போல் ஒரு உணர்வு. காலையில் அப்படி என்ன சாப்பிட்டோம் யோசித்துப் பார்க்க வீட்டில் நடந்த கலவரத்தினால் காலையில் எதுமே சாப்பிடாதது அப்போதுதான் தெரிந்தது. ஆனால் இது பசி போல் தெரியவில்லையே வேறு ஏதோ ஒரு அவஸ்தை உள்ளே இருந்து சுழற்றி சுழற்றி அடிக்கி-

றது என்னவென்று தான் தெரியவில்லை.

ஒரேயடியாகவயிற்றை பிசைகிறது. வாந்தி வந்துவிடுமோ? கீழே விழுந்து விடுவானோ அம்பிகையை பார்க்காமலேயே திரும்ப வேண்டி இருக்குமோ இவ்வளவு தூரம் வந்துவிட்டு தேவியை பார்க்க எனக்கு குடுத்து வைக்கலையோ? இதற்கு மேலும் நிற்க முடியுமா பூங்குழலிக்கு-பயம் வந்தது கால்கள் சக்தி இழக்க துவங்கின. சற்று முன்னால் நகர்ந்து போய் அருகிலிருந்த தூணை கெட்டியாக பிடித்துக் கொண்டாள்.

அவள் நின்ற இடத்தில் இருந்து பார்க்க அம்பிகை சந்நிதி கருவறை தெரிந்தது. சுமார்15 அடி தொலைவில் நின்று கருவறையை பார்க்க அம்பிகையின் திருமேனி தங்கம் போல் ஜொலித்தது.கண்களை கசக்கிக்-கொண்டு உற்றுப்பார்த்தாள். அவள் பார்வை கூர்மையாக கருவறையின் விளக்கொளியில் பச்சை பட்டு உடுத்தி இருந்த அம்பிகை மேலும்பெரி-தாக, சாந்தமாக,மிகப்பெரிய கருணைவடிவுடன் ஜொலித்தாள்.

கூட்டம் நகர கொஞ்சம் கொஞ்சமாக கருவறையை நோக்கி முன்-னேறும் போது அவள் அடிவயிற்றில் நெருப்பு பற்றுவது போல் ஒரு சூடு பரவியது. ஐயோ அம்மா என்னால் தாங்க முடியவில்லையே எனக்கு ஏன் இந்த சோதனை நான் என்ன தவறு செய்தேன் என்-னுடைய தவறுக்காக தான் எனக்கு இந்த தண்டனையா அப்படியே ஏதேனும் தவறு செய்திருந்தால் அதை நீ தடுத்திருக்க கூடாதா? என் தவறுகளை சுட்டிக்காட்டினால் திருத்திக் கொள்ள தயாராக தானே இருக்கிறேன். பூங்குழலியின் கண்களிலிருந்து அவளை அறியாமலேயே கண்ணீர் வழிந்து கொண்டேயிருந்தது கருவறையை நெருங்கிச் சென்று-அர்ச்சகரிடம் பூஜைபொருள்கள்இருந்தகூடையை கொடுக்க எத்தனித்த-போது அவளை அறியாமல் மயங்கி விழுந்தாள்.

9

கொடிது கொடிது தனிமை கொடிது
அதனினும் கொடிது
உற்றோரால் புறக்கணிக்கபடுதல் கொடிது

அவ்வையார் இப்போது இருந்திருந்தால் இவ்வாறு பாடியிருப்பாரோ. தனித்திருக்கும் போதெல்லாம் கல்பனா மனதில் ஓடிக்கொண்டிருக்கும் சந்தேகம் இது. எத்தனை பெரிய கொடுமை இது ஆனால் அறிஞர்களும் ஞானிகளும் தனித்திருப்பது சுகமென்று சொல்கிறார்களேஅது ஏன்? அவளுக்கு அதன் பொருள் புரியாமல் தவித்தாள்.

தனிமையில் இருக்கும்போது அறிவு என்கின்ற தீப ஒளியை மனதில், புத்தியில் ஏற்றி வைக்க வேண்டும் அது மனதிற்குள் இருக்கும்இருட்டாகியபொய்,பேராசை,திருட்டு, புறம்பேசுதல் என்கிற பலவகை அழுக்குகளையும் வெளியேற்ற உதவியாயிருக்கும்.

வெளியே விடாது நாய் குரைத்துக் கொண்டேயிருந்தது. ஹாலில் அமர்ந்திருந்த கல்பனா ஜன்னல் வழியே அதை பார்த்தாள். அவளுக்கு எரிச்சலாக இருந்தது. எரிச்சல் குரைத்துக்கொண்டு இருக்கும் நாயின்மீதாஅல்லது தன் வீட்டில் நடக்கும் அநியாயங்களை கண்டா? என்பதை பகுத்தறிந்து பார்க்கும் மனநிலையில் அவள் இல்லை.

சற்று நேரம் அமைதியாக இருந்தால் தன்னுடைய கோபம் தீரும் என்று நினைத்து சமையலறையில் இருந்த வேலைகளைக்கூடஒதுக்கி வைத்து விட்டு ஹாலில் வந்து அமர்ந்து இருந்தாள்.

கூண்டுக்குள் இருந்த நாய் மேலும் மேலும் குரைத்தது. கூண்டில் இருந்து வெளியேற முயற்சித்தது. தன்னுடைய முகத்தை கொடூரமாய்காட்டி பயமுறுத்தியது. நாய் அடைத்து வைக்கப்பட்டிருந்த கூண்டை சற்றுநேரம் பார்த்துக் கொண்டிருந்த கல்பனாவிற்கு அந்த வினோதமான கேள்வி மனதில் தோன்றியது.

நானும் அந்த நாய்போல் தானோ? ஆத்திரத்தில் மனதினுள்குமுறி கொண்டிருக்கிறானோ? அந்த நாய் வெளியில் செய்யும் செயல்களை நான் மனதிற்குள் செய்கிறேனோ? எல்லோரிடமும் எரிச்சலும் கோபமும் எனக்குஏன் ஏற்படுகிறது? என் மனதில் உள்ளவெறுப்பை எல்லாம் வெளியில் காட்டினால் அது இந்த நாய் செய்யும் செயலுக்கு சமமாகத்தான் இருக்குமோ? பார்ப்பவர்கள்பயப்படாமல் என்னை நெருங்கிவருவார்களா? அவர்களுக்கு நான் அருவருப்பாய், கேவலமாய் தெரிவேனோ? என்று யோசித்தவள் தலையை குலுக்கி“சீச்சீ இது என்ன மடத்தனமான யோசனை. நான் அப்படிப்பட்டவளா என்ன?” சோபாவில் நிமிர்ந்து அமர்ந்தாள்

யாவரும் தாம் எப்படிப்பட்டவர் என்பதை அறிய கண்ணாடி முன் போய் நிற்கிறார்கள். அது நம் வெளிப்புற தோற்றத்தை உள்ளது உள்ளபடி பிரதிபலிக்குமே தவிர உண்மையான அகத்தின் தோற்றத்தை காட்டாது.

அகத்தோற்றம் என்ற ஒன்று இருப்பதை இங்கு பெரும்பாலானவர்கள் அறிந்துகொள்ளாமல் வாழ்ந்து வருகின்றனர். நம் பிறவி பயன் என்ன என்பதை அறிய புறத்தோற்றத்தை விட அகதோற்றமே இன்றியமையாதது. அதை அறிந்து கொண்டால் வாழ்க்கை சீராகும். சீரான வாழ்க்கை வாழத் துவங்கினால் மனதிற்குள் எப்போதும் ஒரு அமைதி உண்டாகும்.அந்த மன அமைதிபதட்டத்தை போக்கி உடலுக்குபேரழகை தரும். புறத்தோற்றம்எந்தவிதஒப்பனையும்செய்யாமலேயே அழகாகும். இதை ஏன் யாரும் புரிந்து கொள்வதில்லை. கல்பனாவிற்கு எப்போதோ படித்தஎழுத்துச்சித்தர் பாலகுமாரனின் கதைகளிலிருந்து வாசகங்கள் மனதிற்குள் மின்னலாக மின்னிமறைந்தது.

எப்படிதன்னுடைய அக தோற்றத்தை அறிந்து கொள்வது?அதற்கு சற்று பொறுமை தேவை.பொறுமையாக, நிதானமாக இருப்பவர்களுக்குஅக தோற்றத்தை காண்பது என்பது மிக எளிதானது. சற்று அமைதியாக அமர்ந்து ஏன் இப்படி கோபம் வருகிறது என்று யோசித்தால் போதும். ஏனென்றால் அதற்கு இரண்டு காரணங்கள் தான் உண்டு. ஒன்று எதிர்பார்ப்பு, மற்றொன்று கையாலாகாததனம். ஏதோ ஒன்றின் மேல் அதிகப்படியான நம்பிக்கை வைத்து விட்டு அது கிடைக்காதபோதோ நிறைவேறாத போதோ நம்முடைய எதிர்பார்ப்பு நொறுங்கிப் போகிறது. அதை எண்ணி கோபம் வருகிறது.

அதேபோல ஒன்றை அடைய நினைத்து நம்முடைய கையாலாகாத தனத்தினாலோஅல்லதுமுயற்சியின்மையினாலோ தோல்வி அடைய நேர்கிறது. அப்போதும் கோபம் வருகிறது. இதை தவிர்க்க நாம் நேர்மறையாக செயல்பட்டாலே போதும். எதிலும் அதிக எதிர்பார்ப்பு இல்லாமல் இருப்பதும் எந்த ஒரு செயலையும் செய்ய முழு திறமையையும், ஆற்றலையும் சரியாக திட்டமிட்டுவெளிப்படுத்தினாலே போதுமானது.

கல்பனா அமைதியாக தன் நிலையை பற்றி சிந்திக்க தொடங்கினாள். இது மேற்கூறிய இரண்டு பிரச்சினைகளும் நமக்கிருக்கிறது என்ன செய்வது? அவளுக்கு அமைந்த கணவன் பல வழிகளிலும் மோசடிகாரனாக மாறிவிட்டான்.

திருமணமான புதிதில் அரிசி மண்டி வைத்து பிழைப்பை நடத்திக் கொண்டு இருந்தவன் கையிலிருந்த சில ஆயிரம் ரூபாய்களை கொண்டுதெரிந்த சில ரைஸ் மில் உரிமையாளர்களிடம் அரிசி வாங்கி விற்றவன் கொஞ்சம் கொஞ்சமாக மேலே ஏறி மில் உரிமையாளர்களோடு கூட்டா-

ளியாக சேர்ந்தான்.கையில் கொஞ்சம் கொஞ்சமாக பணம் சேர ஆரம்பித்தது.

அதுவரை மிக யோக்கியனாக இறைபக்தி உடையவனாக இருந்த செந்தில் நாதனின் போக்கில் மாற்றம் ஏற்பட்டது. அவன் மனதில் இருந்த நேர்மை கொஞ்சம் கொஞ்சமாகவெளியேறி அங்கே பணப்பேய் குடிகொள்ள ஆரம்பித்தது.அப்பாவியான சிலகூட்டாளிகளை ஏமாற்றியும் சிலரை மதுவுக்கு அடிமையாக்கியும் அவர்களுக்கு தெரியாத வண்ணம் மில்களை கொஞ்சம் கொஞ்சமாக கைப்பற்றி தனக்கு சொந்தமாக்கிக் கொண்டான்.

நகரின் வெளியே அமைந்திருந்த நான்கு பெரிய ரைஸ்மில்களை அப்படித்தான் சத்தமில்லாமல் தனதாக்கிக் கொண்டான். இவனோடு கூட்டு சேர்ந்த அப்பாவி உரிமையாளர்கள் நிலை பரிதாபமானது சொத்துகளை இழந்து நடுத்தெருவுக்கு போய்விட்டார்கள்.எதிர்த்து நின்றவர்கள் ரவுடிகளால் மிரட்டப்பட்டனர் அந்த இடத்திலிருந்து துரத்தி அடிக்கப்பட்டனர்.

கடந்தபதினைந்துவருடங்களாககையில் ஏராளமான பணம் வரத் துவங்கியது. அதைக்கொண்டு மேலும் பல பிசினஸ் செய்து இன்று நகரின் முக்கிய தொழிலதிபராகவும்அரசியல்வாதியாகவும்வலம் வருகிறார். பணம் சேர்ந்த பின்னும் அவருடைய ஆசை அடங்கவில்லை முன்பைவிட அதிக அளவில் மோசடியில் ஈடுபடுகிறார்என்பதை அவருடைய அன்றாட நடவடிக்கைகளே காட்டிக்கொடுத்தது. பலமுறை கல்பனா அவரை கண்டித்தும் புத்திமதி கூறியும் செந்தில்நாதன் கொஞ்சம் கூட சட்டை செய்வதாயில்லை.

செந்தில்நாதனின் அடாவடியான வளர்ச்சி உற்றார் உறவினரை பயம் கொள்ளச் செய்தது. எனவே அவன் குடும்பத்துடன் நெருங்கிப் பழக பயந்து நெருங்கிய உறவுகளே விலகிச் செல்லத் துவங்கியது.தவறு செய்யும்போது தட்டிக்கேட்க யாரும் இல்லாதது அவனுக்கு பெரிய ஊக்கத்தை கொடுத்தது. வெளியுலகத்தில் அவன் செய்யும் அடாவடித்தனங்கள் கல்பனாவிற்கு தெரியாதபடிபார்த்துக்கொண்டான். அப்படியே அது பற்றி தெரிந்து அவள் கேட்டாலும் ஏதாவது சொல்லி மழுப்பிவிடுவான்.

இப்படி இவனை பார்த்து அவளுடைய ஒரே மகளும் வளர்ந்து வருக்கிறாள். எதற்கெடுத்தாலும் அடம் பிடிப்பது, தான் விரும்பியதை அடைய எந்த விலையும் கொடுப்பது, யாரையும் மதிக்காமல் எடுத்-

தெறிந்து பேசுவது என்பதெல்லாம் அவனைப்போலவே தன்னியல்பாகவே கொண்டிருக்கிறாள்.செந்தில்நாதன் அவள்மேல் காட்டிய அதீத பாசத்தினாலும் அவள் செய்யும் எல்லா செயல்களையும் கண்ணை மூடிக்கொண்டுஊக்குவிப்பதாலும் பருவமடைந்த அந்தப் பெண் தறிகெட்டுப் போய் திரிகிறாள்.

கல்லூரி படிப்பை ஏனோ தானோ என்று முடித்தவள் பல வழிகளிலும் அப்பன் கொண்டு வந்து சேர்த்த பணத்தை கைநிறைய வாரி எடுத்துக் கொண்டுபோய் தாம்தூம் என்று செலவழித்து மகிழ்கின்றாள். தவறான உணவு பழக்க வழக்கங்களும் உடற்பயிற்சி இன்மையாலும் இந்த வயதிலேயே சற்று உடல் பெருத்து போய் முதிர் தோற்றத்தில் காணப்படுகிறாள்.

அமைதியாகஅமர்ந்து யோசித்து பார்க்க கல்பனாவிற்கு தன் கவலைக்கான காரணம் புரிந்தது. தவறான முறையில் பணம் சம்பாதிக்கும் கணவன், வரைமுறை இல்லாமல் வாழ்க்கையை வாழ்ந்து கொண்டிருக்கும் மகள் இருவரைப்பற்றிய கவலையே தன்னுடைய கோபத்திற்கு காரணமாக அமைகிறது. இந்த இருவரின் அடாவடியான போக்கிற்கு முக்கிய காரணியாக இருப்பது பணம்.

பணம் என்பது எல்லா காலங்களிலும் பிரச்சினைக்குரிய ஒரு விஷயமாகவே தொடர்ந்து கொண்டிருக்கிறது. பணம் இல்லாதவன் அத்தியாவசிய தேவைகளுக்காக அதைத் தேடி ஓடுவதும், பணம் வைத்திருப்பவன் அதை பாதுகாப்பதற்கும் மேலும் மேலும் பெருக்குவதற்கும் முயற்சிப்பதும், அளவுக்கதிகமாக பணத்தை கொண்டிருப்பவன் அதை பதுக்கி வைப்பதற்கும் பாதுகாப்பதற்கும் என்றுமுயற்சிப்பதும் காலம் காலமாக உலகில் நடைபெற்றுவரும் இயல்பாக உள்ளது.

மனிதர்கள் மதத்தால் வேறுபடலாம், மொழியால் பிரிக்கப்படலாம், கலாச்சாரத்தால் தனித்து இருக்கலாம், நிறத்தால் உடல் அமைப்பால் வேறுபட்டிருக்கலாம். ஆனால் பணம் சம்பாதிப்பதிலும் பணத்தைப் பற்றிய சிந்தனைகளிலும் உலகெங்கிலும் ஒரே மாதிரியாகவே உள்ளனர். ஒரே மாதிரியாகவே சிந்திக்கின்றனர்.உலகில் மனிதன் உயிர் வாழ நிலம், நீர், காற்று எவ்வளவு அத்தியாவசியமோ அதுபோலத்தான் பணமும். இதையாரும் வேண்டாம் என்று மறுக்க முடியாது.

ஆனால் பணம் மட்டுமே வாழ்க்கையின் அத்தனை சந்தோஷத்திற்கும் காரணமாக அமைந்து விடாது.குடும்ப உறவுகள், நட்பு, காதல்

இவைகளோடு தேவையான பணமும் கலக்கும்போது அங்கு மகிழ்ச்சி உண்டாகிறது. பணத்திற்கான மதிப்பும் உயருகிறது. இவ்வாறு இல்லா-விடில் பணம் என்பது சாதாரண ஒரு காகிதம் தானே. சரி நம்முடைய பிரச்சனையை எவ்வாறு சரி செய்வது?

அலுவலகத்திற்கு செல்ல தயாராகி டைனிங் டேபிள் வந்து அமர்ந்த செந்தில்நாதனுக்கு உணவை பரிமாறியவாரே "ஐயா எப்பவும் பிசியோ?வரவர நான் உங்களிடம் பேசுவதற்குகூட அப்பாயின்மெண்ட்-வாங்க வேணும் போல் தெரியுது டைனிங் டேபிளில் இருக்கும்போது-தான்நேருக்கு நேர் இரண்டு வார்த்தை பேச முடியுது. அந்த நேரத்தில் நான் ஏதாவது ஏடாகூடமாக சொல்ல நீங்கள் சாப்பிடாமல் பாதியி-லஎழுந்துபோய்விடுவீர்களோ என்று நினைத்து தொண்டைவரை வரும் வார்த்தைகளை கூட கட்டுப்படுத்திக்கொண்டு பேசாமல் அமைதியாக இருந்துவிடுகிறேன்".

"என்னிடம் பேச உனக்கு என்ன தயக்கம்? எதா இருந்தாலும் சுற்றி வளைக்காமல் நேரிடையாக சொல்லு".

"கொஞ்சம் நாளாக உங்க செல்ல புத்திரி அனுவின் நடவடிக்கையில் பெரிய மாற்றம் தெரியுது. அவளிடம் ஏதோ பெரிய வித்தியாசம் தெரி-வதா நினைக்கிறேன்".

"அப்படி என்ன வித்தியாசத்தை கண்ட ஒவ்வொண்ணா சொல்லு பார்க்கலாம்" கல்பனாவை சீண்டும் வகையில் செந்தில்நாதன் கிண்ட-லாக கேட்டான்.

"என்னை கிண்டலடிப்பது இருக்கட்டும் அவளை பற்றி உங்களுக்கு என்ன தெரியும்? தினசரி கைநிறைய பணத்தை எடுத்துக்கொண்டு எங்-கேயோ போகிறாள் அது பற்றி உங்களுக்கு தெரியுமா?யாரிடமோ மணிக்-கணக்கில் செல்போனில் பேசுகிறாள். சில நாட்கள் காலையில் வெளியே போகிறவள் இரவு தான் திரும்பி வருகிறாள் அது உங்களுக்கு தெரி-யுமா?அவள் நடவடிக்கைகளை பார்த்தா அவள் யாரையோ லவ் பண்-றான்னு தோணுது. ரெண்டு மூணு மாசமா எப்போதும் செல்போனில் அரட்டை அடிப்பதும் காரை எடுத்துக்கொண்டு வெளியே சுற்றுவதுமாக உற்சாகமாக சுற்றி திறந்தவள் இப்ப ஒரு வாரமா அதெல்லாம் இல்-லாமல்அமைதியாய்அவளுடைய அறையிலேயே அடைந்து கிடக்கிறாள். அது என்னவென்று தெரிஞ்சுக்க நானும் பலமுறை அவளிடம் நேராக-

வும் மறைமுகமாகவும் கேட்டுப் பார்த்துட்டேன். ஆனால் என்னிடம் சரியான பதில் சொல்லாமல்நழுவி போய்க்கொண்டிருக்கிறாள்''.

''போடி பழைய பஞ்சாங்கமே. அவளுக்கு இஷ்டப்பட்ட முறையில் சந்தோஷமான வாழ்க்கையை யாருடைய இடைஞ்சலும் இல்லாமல்-வாழ்வதற்காக தானே இவ்வளவு பணத்தையும் சம்பாதித்து வைத்திருக்-கிறேன் இது அவளுக்கு இல்லாமல் வேறு யாருக்கு? அப்படியேஅவள் யாரையாவது காதலித்தாலும் என்னிடம் மறைக்க வேண்டிய அவசி-யமே இல்லை என்று அவளுக்கு தெரியும். இவனை பிடித்து இருக்-கிறது என்று அவள் ஒரு பிச்சைக்காரனைநோக்கி கையை காட்டி-னாலும் அவனை கொண்டு வந்து என்னுடைய சாம்ராஜ்யத்தில் ஒரு ராஜாவாக்கி என் மகளுக்கு ஏற்ற மணாளனாக மாற்றி என் மகளின் ஆசையை நிறைவேற்றுவேன்''.

''முட்டாள்தனமாக பேசாதீர்கள். இதுவரை அவளுக்கு செல்லம் கொடுத்து கெடுத்தது போதும். திருமண விஷயத்திலும் அதுபோல ஏதா-வது சொல்லி அவள் இஷ்டத்திற்கு விட்டு அவளுடைய எதிர்காலத்-தையும் கெடுத்து விடாதீர்கள். திருமணம் என்பது ஆயிரம் காலத்-துப் பயிர். மணமகனாக வருபவனுக்குரிய குணநலன்கள், தகுதி, குடும்ப பின்னணி இவற்றையெல்லாம் தீர விசாரித்த பின்னரே முடிவு செய்ய வேண்டும். அதில்லாமல் உங்கள் பணத்தை கொண்டு அவனை ராஜா-வாக ஆக்குகிறேன் என்பதெல்லாம் சுத்த பைத்தியக்காரத்தனம். பணத்தை வைத்துக்கொண்டு மட்டும்நல்ல வாழ்க்கை வாழ்ந்தவர்கள் இங்கு யாருமில்லை''.

''செருப்பு பிஞ்சிரும் நாயே.உன்னை கொஞ்சம் பேச விட்டாஎனக்கே புத்தி சொல்ற அளவுக்கு வந்துட்டியா? என் மகளுடைய வாழ்க்கை எப்-படி இருக்கணும் என்பது எனக்கு தெரியும். இனிமேல் இதுபற்றி வாயைத் திறந்தா அவ்வளவுதான்'' என்று கையை உதறிக்கொண்டு சாப்பிடாமல் எழுந்தான்.

''தயவுசெய்து உட்காருங்கள். கொஞ்சம் அமைதியா நான் சொல்-வதை கேட்டுக்கொண்டே சாப்பிடுங்கள். பின்னர் நீங்கள் எந்த முடிவு எடுத்தாலும் எனக்கு சம்மதமே'' கல்பனா கண்களில் வழிந்த கண்ணீரை துடைத்தபடியே செந்தில்நாதன் இடம் கெஞ்சினாள்.

“எதுவும் பேசாதே இனியும் உன் பேச்சைக் கேட்டால் என்னை போன்ற மடையன் இந்த ஊரிலேயே இல்லை என்று சொல்லிவிடுவார்கள். இதுவரை என் சம்பாத்தியத்தை பற்றி குறை சொல்லிக் கொண்டிருந்த. இப்ப என் மகளைப் பற்றி பேச ஆரம்பிக்கிற. இதோட இந்த இரண்டு விஷயத்தைப் பற்றியும் பேசுவதை நிறுத்திக் கொள்” என்று கர்ஜித்தவன்வாஷ்பேசினில் கைகளைகழுவிவிட்டு போர்டிகோவில் இருக்கும் காரை நோக்கி போனான்.

10

காலைமணி பத்து முப்பது.

மணி ஒலித்தது. அதுவரை சந்தைக்கடை போல் சத்தமிட்டு கொண்டிருந்தவர்கள் அமைதியானார்கள். நீதிபதி வந்தமர்ந்தார். அவருடைய பெயர் பலகையில்கோவிந்தன் என்றிருந்தது. சினிமாவில் வருவது போல் உயர்ந்த ஆசனம் எதுவுமில்லை சினிமாவுக்கும் இதற்கும் நிறைய வித்தியாசங்கள். ஒரு நீளமான பெஞ்சின் ஒரு பகுதியில் சற்று உயரமான ஆசனம் இருந்தது.அதில் நீதிபதி அமர்ந்திருந்தார். அதன் இருபுறமும் அமர்வதற்கு நீளமான பெஞ்சுகள் இருந்தன. வழக்கறிஞர்கள் அமர நான்கைந்து நாற்காலிகள் இருந்தது. கேஸ் நம்பர் 488/19என்று அழைத்தனர்.

அனு, ரேகா இருவரும் உள்ளே நுழைந்தனர். அவர்கள் இருவரையும் தொடர்ந்து வசந்த் உள்ளே வந்தான்.மூவரின் பெயரும் நீதிபதிக்கு சொல்லப்பட மூவரும் நீதிபதிக்கு வணக்கம் தெரிவித்தனர். மூவரையும் நீதிபதி உற்று நோக்கினார். அனுவை பார்க்கும் போது அவளுடைய அலங்காரத்திலிருந்து அவள் பணக்காரி என்பதை அவளுடைய உடையும் நடையும் படம்போட்டு காட்டியது. அடுத்து ரேகாவை பார்த்தார்.அவளுடையகூர்மையான பார்வையும் , நேர்த்தியான உடையும்அவள் ஒரு ஐடிபார்க்கிலோ அல்லது ஏதேனும் கார்ப்பரேட் நிறுவனத்தில் உத்தியோகத்தில் இருப்பதை உணர்த்தியது. அடுத்து நிற்கும் வசந்தை பார்த்தார் அவனுடைய முகத்தில் எவ்வித உணர்ச்சியும் காட்டாமல் அழுத்தமாய்இந்த பூனையும் பால் குடிக்குமா என்று ஒரு தோரணையில் அப்பாவித்தனமாக முகத்தை வைத்துக் கொண்டு நின்றான்.

வழக்கின் தன்மையை மேலோட்டமாக படித்துப் பார்த்தவுடனேநீதிபதிக்குஇது ஒரு சாதாரண கேஸ் என்பது புரிந்தது. ஒரு முறை இவர்க-

ளுக்கு கவுன்சிலிங் செய்தாலே போதும் இந்த பிரச்சினையை சரி செய்ய முடியும் என நம்பினார். தாமதமான நீதி அநீதிக்கு சமம் என்பதில் உறு-தியான நம்பிக்கை கொண்டவர் நீதிபதி கோவிந்தன். அவரிடம் எந்-தஒரு வழக்கு விசாரணைக்கு வந்தாலும்அதில் எவ்வளவு விரைவாக தீர்வு காண முடியும் என்று பார்ப்பார்.

இந்தியாவில் உள்ள பல சட்ட சிக்கல்களுக்கு நீதிபதிகள் கேஸ் பைலை முழுமையாக படிக்காததும் ஒரு முக்கிய காரணம். உடனே தீர்க்க வேண்டியசாதாரண சிறு வழக்குகள் கூட பல ஆண்டுகள் நடை-பெற்று நீதி கிடைப்பதற்கு பதிலாக தாமதம்என்ற அநீதியை பெரும்பா-லானவர்களுக்கு வழங்கிக் கொண்டிருந்தது. என்ன செய்வது நம்முடைய சட்ட வடிவமைப்பு அப்படி அல்லவா இருக்கிறது.

வாய்தா தேதி சொல்லவேண்டிய வழக்குகள் சில இருந்ததால் இந்த வழக்கின்விசாரணை உணவு இடைவேளைக்கு பின் நடக்கும் என்றுகூ-றிஒத்திவைத்தார்.நீதிபதி கூறியவுடன் கோர்ட் அறையிலிருந்துவெளியே-வந்த வசந்த் கூட்டத்தில் கலந்து தலைமறைவானான். பின்தொடர்ந்து வந்த அனுவும் ரேகாவும் நாலாபுறமும் கண்களை சுழற்றி தேடியும் அவனை கண்டுபிடிக்க முடியவில்லை.காலையில் சாப்பிடாமல் வந்ததால் பசி வயிற்றை புரட்ட ஏதாவது சாப்பிடலாம் என்று நினைத்து ரேகா கேண்டினை நோக்கி போனாள்.

கோர்ட்டிலிருந்து வெளிவந்த அனுவின்முகம் கோபத்தில் கன்றிப் போயிருந்தது."மூர்த்தி சார்பார்த்தீர்களா அந்த திமிர்பிடித்தவளை. அன்-றாடகாட்சியான பரதேசி அவளுக்கு வசந்த் வேண்டுமாம். அதுவும் எனக்கே போட்டியாய் கோர்ட்வரைவந்துநிற்கிறாள்".ரேகாவின் மேலுள்ள ஆத்திரத்தில் தான் என்ன பேசுகிறோம் தான்தானே வழக்கு தொடுத்தது என்பதெல்லாம் அவர்களுக்கு மறந்தே போனது.

"மேடம் நான் ஒன்று சொன்னால் கோவிக்க கூடாது. இந்த பிரச்-சனை எல்லாவற்றிற்கும் காரணமே வசந்த் தான். அவர் ஒழுங்கானஆ-ளாய் இருந்திருந்தால் இந்த பிரச்சினையே வந்திருக்காது".

"அப்படி எல்லாம் இல்லை மூர்த்தி. அவர் ரொம்ப நல்லவர் சொக்-கத்தங்கம். அவள் தான் ஏதோ பிளான் பண்ணி அவரை கவிழ்த்திருக்-கிறாள்".வசந்தின் மேலிருந்த கண்மூடித்தனமான காதலினாலோ அல்லது எப்போதும் அவள் கொண்டகுணமான தான் விரும்புவதை அடைந்தே

தீர்வது என்ற கொள்கையினாலோஇன்னமும்அனுவசந்தைமுழுமையாக நம்பிக் கொண்டிருக்கிறாள்.அதனால் அவள் கோபம் முழுவதும் ரேகா-வின் மேல் பாய்ந்து கொண்டிருக்கின்றது.

இந்த வழக்கில்ஏமாற்றியது யார் ஏமாந்தது யாரென்பதுகேஸ் பைலை ஒரு முறை படித்தாலே போதும் மிகத் தெளிவாக தெரிந்துவிடும். ஆனால் இந்த பெண்ணோ அதை ஏற்றுக் கொள்ளாமல்ஏமாற்றியவனை ஹீரோ என்று ஆராதிக்கிறாள் இவளைப் போல ஏமாந்துபோன அந்தப் பாவப்பட்ட பெண்ணை வெறுக்கிறாள். இவளை எப்படி திருத்துவது? இவளிடம் நாம் ஜாக்கிரதையாகத்தான் இருக்க வேண்டும் என மூர்த்-திக்கு தோன்றியது.

“கேஸ் நமக்கு சாதகமாக தானே இருக்கும்” பதட்டத்தில் இருந்த அனு மீண்டும் அவனிடம் தன்னுடைய சந்தேகத்தை கேட்டாள்.

“கண்டிப்பாக நமக்கு சாதகமாய் தான் இருக்கும் என்றாலும் அவளி-டம் வசந்த்அவளை காதலிப்பதற்கான ஆதாரங்கள் ஏதேனும் இருக்-குமோ என்னவோ? அப்படி அவளிடம் ஏதேனும் வலுவான ஆதாரம் இருந்தால் நமக்கு சிக்கல் தான்”ஜாக்கிரதையாக பதில் சொன்னான்.

சற்றுநேரம் யோசித்த அனு“அங்கு எப்படி தீர்ப்பு வந்தாலும் எனக்கு வசந்த் வேண்டும். அவர் இல்லாமல் என்னால் வாழ முடியாது” என்று சொன்னவள் லேசாக அழுது விட்டாள்.அருகில் இருந்த சிலர் அவளை திரும்பி பார்த்தனர்.

“மேடம் ஏன் அழுகிறீர்கள் ப்ளீஸ் கண்ணை துடையுங்கள். இது பப்ளிக் பிளேஸ் நிறைய பேர் பார்த்துக்கொண்டிருக்கிறார்கள். தயவு செய்து காரில் ஏறி உட்காருங்கள்”. மேக்கப் கலையாதுகர்சீப்பால்-கண்ணை நாசுக்காக ஒற்றி எடுத்துக் கொண்டு காரின் கதவை திறந்து பின் சீட்டில் அமர்ந்தாள் அனு. வழக்கறிஞர்மூர்த்திவெளியில்நின்றவாறு “கவலையை விடுங்கள்நாம்தான் கண்டிப்பாக ஜெயிப்போம்”.

“நீங்கள் சொன்னது போல் அவளிடம் ஏதாவது ஆதாரம் இருந்து அதை காட்டி அவள் ஜெயித்துவிட்டால் என்ன செய்வது?”அனுவுக்கு திடீரென்று சந்தேகம் தோன்றியது.

சற்று நேரம் யோசித்த மூர்த்தி “அப்படி ஒரு தீர்ப்பு வந்தால் அதை சமாளிக்கவும் வேறு ஒரு வழி இருக்கிறது”என்றுகூறி சஸ்பென்ஸ் வைத்தான்.வழக்கறிஞர் தொழில் என்பது ரொம்பவும் வித்தியாசமானது.

பெரும்பாலான மக்களுக்கு வழக்கறிஞர்கள் என்றவுடன் பொய்யர்கள், பித்தலாட்டக்காரர்கள் என்ற ஒரு பிம்பமே முதலில் கண்முன்தோன்றும்.பலருக்கும்வழக்கறிஞரின் அற்புதமான வாதத்திறமை கூட பொய்யாக தான் தெரியும் அது என்னவோ அவர்கள் வாங்கி வந்த வரம் போல் தெரிகிறது.

பல ஆயிரக்கணக்கான வழக்கறிஞர்களில் மூர்த்தி போன்ற சிலரும் உள்ளனர்.மூர்த்திக்கு எப்போதும் இரண்டு முகம். தன்னிடம் வரும் கேஸ்களை எப்படியாவது வெற்றிபெற செய்ய வேண்டும்என்பதில் விருப்பம் கொண்டவர்.அதற்காக எந்த எல்லைவரையும் செல்வதற்கும் தயாராய் இருப்பார். வழக்கறிஞர் என்பதால் பல்வேறு குற்றவாளிகளுடனும் பழக வேண்டிய சூழல் இருக்கும். இக்கட்டானசமயத்தில் அவர்களைப் பயன்படுத்தி சட்டவிரோதமாக சில காரியங்களை செய்து வழக்குகளில் வெற்றி பெறுவதும் உண்டு. இந்த வழக்கில்தேவைஏற்படின் அதையும் செய்ய தீர்மானித்தார்.

“ரேகாவுடன் வேறு யாரும் துணைக்கு வராததிலிருந்து அவள் வீட்டிற்கு தெரியாமல் வந்திருக்கிறாள் என தெரிகிறது.அவளைப் போன்ற மிடில் கிளாஸ் ஆட்கள்மான,அவமானத்திற்கு மிகவும் பயப்படுவார்கள். என்னிடம் ஒரு திட்டம் இருக்கிறது. ஒரு ஆளை அனுப்பி அவளை மிரட்டி நம் வழியில் இருந்து எளிதாக விரட்டி விடலாம் என்று தோன்றுகிறது”

“நீங்கள் ஆள் என்று சொல்வது ரவுடியையா? அந்த மாதிரியான ஆள் உங்களிடம் இருக்கிறானா? அப்படியானால் அதை உடனே இப்பொழுதே செய்யுங்கள்”.

“இந்த மாதிரி வேலைகளை செய்ய ஏகப்பட்ட பேர் இருக்கிறார்கள். அவர்களில் நம்பிக்கையான, திறமையான ஒருத்தனைநான் வரச் சொல்கிறேன். ஆனால் நிறைய செலவாகுமே?”.

“செலவை பற்றி கவலைப்படாதீர்கள். நான் பார்த்து கொள்கிறேன். அவளை மிரட்டி அனுப்பி விட்டால்போதும் கேஸ் முடிந்து விடும் இல்லையா இதை ஏன் முன்னாடியே யோசிக்கலை. இப்படி ஒரு வழி இருக்கிறதாக முன்கூட்டியே நீங்கள் சொல்லியிருந்தால் நாம் இப்படி கோர்ட்டில் வந்து காத்து கிடக்க வேண்டிய அவசியம் இருந்திருக்காதே”.

“இந்த ஒரு வழியைஅவளை நேரில் பார்த்த பின்தான் யோசித்தேன்.அவளுடைய பேக்ரவுண்ட் என்னவென்று இப்போதுதானே நமக்கு தெரிந்தது. கொஞ்சம் பொறுங்கள் அவனை வரச் சொல்லி போன் செய்து விட்டு வருகிறேன்'' என்று கூறிய மூர்த்தி அங்கிருந்து நகர்ந்து சற்று தள்ளி இருந்த மரத்தடிக்கு வந்தான்.

“சரியான ஏமாளி சிக்கியிருக்கிறாள்.பிரச்சினையை முடிப்பதற்குள்முடிந்த மட்டும் இவளிடமிருந்து காசைகறந்துவிட வேண்டும். எவ்வளவு கேட்கலாம்'' மனதுக்குள் கணக்குப் போட ஆரம்பித்தான் மூர்த்தி.

11

“நில்கர்ணா. நான் சொல்வதை சற்று காதுகொடுத்துக் கேள். நீ தவறான பாதையில் செல்கிறாய். அதுநீ எண்ணிப் பார்த்திராத அளவிற்கு மோசமான விளைவுகளை ஏற்படுத்திவிடும்''.

“உண்மையில் யார் இந்த கிருஷ்ணன்? மனிதனா அதற்க்கும் மேலானவனா? எப்போதும் புன்முறுவல் பூத்தபடி சாந்தமாக இருக்கிறானே இவனுக்கு பிரச்சினைகளேவராதா?பிரச்சனைகள் வரும்போதும் இதுபோல் சிரித்துக்கொண்டே இருப்பானோ? இவனிடம் ஏதோ மந்திர வித்தைகள் உண்டு என நினைக்கிறேன். அதனால் தான் இவன் எல்லோரையும் தன்வசப்படுத்தி விடுகிறான்.இவன் எல்லோருடைய பிரச்சினைகளையும் தெரிந்துகொண்டு அதை தீர்த்து வைக்கிறானாஅல்லது மேலும் மேலும் பிரச்சனைகளை தூண்டி விடுகிறானா? ஒவ்வொரு முறையும் என்னை சந்திக்கும் போதும் மட்டும் ஏன் என் மனதை குழப்பி விட்டு செல்கிறான்? இப்போது நான் என்ன செய்வது? இவன் சொல்வதை கேட்டு அதை ஏற்றுக் கொள்வதா?அல்லது நிராகரிப்பதா?'' குழம்பி போன மனநிலையில் கிருஷ்ணனை பார்த்தவாரே நீண்ட நேரமாய் நின்று கொண்டிருந்தான் கர்ணன்.

“நான் என்ன தவறு செய்தேன் கிருஷ்ணா. என் அறிவுக்கு எட்டிய வரை நான் யாருக்கும் எந்த சூழ்நிலையிலும் என் மனதார கூட தீங்கிழைக்க நினைக்கவில்லையே. அப்படியிருக்க நீ வந்து என்னை எச்சரிக்கும்படி என்ன நடந்தது?''.

“என்னகர்ணா இப்படி ஒன்றுமே தெரியாதது போல் கேட்கிறாயே? உன்னால் தான் இந்த பூமியிலே மிகப்பெரிய பிரளயம் ஒன்று நடந்தேற போகின்றது. உன் வீரத்தின் மேல் கொண்ட நம்பிக்கையினால் துரியோ-

தனன் ஒரு பெரிய யுத்தத்திற்கு தயாராகிறான். யுத்தம் ஒன்று நடந்தால் அதில் பலியாகபோகும் உயிர்கள் எத்தனைஎன்பது நீ அறியாததா? எதற்காக, யாருக்காக வேண்டி இந்த யுத்தம்நடக்கப்போகிறது என்பதை இன்னும்மா நீ அறியவில்லை?".

"கிருஷ்ணா யுத்தம் நடந்தால் உயிர் பறிபோவது இயற்கைதானே. மேலும் நாட்டிற்காக போரிட்டு வீரமரணம் அடைவது எப்பேர்பட்ட பெருமை வாய்ந்த விஷயம்".

"நாட்டிற்காக போர் புரிவது நல்ல விஷயம் தான். ஆனால் இப்போது எதன் பொருட்டு யுத்தம்நடக்க உள்ளது.துரியோதனனின்அதர்மத்திற்க்குஎதிராக அல்லவா யுத்தம் நடக்கிறது. அதனால் இதை எப்போதும் வரலாறு தர்மத்திற்கும்அதர்மத்திற்கும் இடையிலான போர் என்றே அழைக்கும். அப்பேர்ப்பட்ட போரில் நீ தர்மத்தின் பக்கம் இருக்க வேண்டாமா?".

கிருஷ்ணர் பக்குவமாக எது தர்மம் எது அதர்மம் என்பதை பற்றி கர்ணனுக்கு விளக்கமாக எடுத்துரைத்தார்.என்றாலும் அது அவனுடைய மூளைக்கு சென்றதே தவிர மனதுக்குள் புகுந்து மாயம் செய்யவில்லை. ஏனென்றால் கர்ணன் அடுத்து தான்என்ன செய்யவேண்டும் என்று மனதளவில் முழுமையாக முடிவெடுத்திருந்தார்.

மூளை சொல்வதை உடலில் அனைத்து பாகங்களும் ஏற்றுக்கொண்டு செயல்பட்டாலும் மனது என்கிற ஒரு சாதனம் யாருக்கும் கட்டுப்படாத ஒரு அமைப்பாக தன்னிச்சையாக முடிவெடுத்து கொண்டு தன் இஷ்டப்படி செயல்படுகிறது. அது ஒரு முடிவெடுத்து விட்டால் தன் விருப்பத்தை மூளைக்கு சொல்லி அமுல்படுத்த முயற்சிக்கிறது.

"கிருஷ்ணா தர்மம் என்பதும் அதர்மம் என்பதும் அவரவர் சூழ்நிலையில் நின்று பார்க்கும் போதுதான் அவரவருக்கு புரியும். உனக்கு உன்னுடைய பார்வையில் துரியோதனன் பாண்டவர்களுக்கு செய்தது அதர்மம் என்று தோன்றலாம் ஒருவகையில் அதற்கு நானும் உடன்படுகிறேன். ஆனால் என் பார்வையில் துரியோதனன் சாதாரண தேரோட்டியின் மகனான என்னை அங்கதேசத்தின் அரசனாக்கி தனக்கு இணையாக பதவி கொடுத்து ஒரு சூத்திரனை அரசனாக்கி பெருமைப்படுத்தி உள்ளான். யாருக்கு இந்த மனம் வரும். அப்படிப்பட்ட அவனுக்கு கைமாறு செய்யாமல் பாண்டவர்கள் பக்கம் நான் சென்றால் அது அல்-

லவா நான் செய்கிற அதர்மம். என் நிலையில் இருந்து பார் கிருஷ்ணா எது தர்மம் எது அதர்மம் என்பது உனக்கு புரியும்''.

கர்ணனின் மனது எது தர்மம் எது அதர்மம் என்று தன்னுள் தீர்மானித்து வைத்திருந்ததை வெளியே கொட்டியது.

கிருஷ்ணன் அமைதியாக புன்னகைக்கஅந்தஅமைதியின்பொருள் தான் செய்வது, சொல்வது சரி என்று கிருஷ்ணன் ஏற்றுக்கொண்டான் என்ற நம்பிக்கையில் கர்ணன் அவனை வணங்கி விடைபெற்று திரும்பி நடந்தான்.

கதிர் கனவிலிருந்து சட்டென்று விழித்தவன் படுக்கையில் எழுந்து அமர்ந்தான். மெதுவாக அறையை சுற்றிப்பார்க்க காலை 10 மணிக்கு வெயில் சற்று கடுமை காட்ட தொடங்கியிருந்தது. கரண்ட் போய் இருந்ததாலோ என்னவோ மின்விசிறி சுற்றாததால் அவனுக்கு வியர்த்துக் கொட்டி போட்டிருந்த உடை வியர்வையில் நனைந்து போயிருந்தது.

ஹோட்டல் அறையில் பால்கனி கதவை திறந்து வெளியே போடப்பட்டிருந்த சேரில் வந்து அமர்ந்தான். அவன் அறை நான்காவது மாடியில் இருந்தது. பால்கனியில் இருந்து பிரதான சாலையை பார்க்க நகரம் காலை நேர பரபரப்பில் இருந்தது.

வியர்வையினால்ஈரமான சட்டையை கழற்றி தன்னை ஆசுவாசப்படுத்திக்கொண்ட கதிர் நேற்றைய சம்பவங்களை மனதில் அசை போட்டான். நேற்று இரவுகடற்கரைபகுதியிலிருந்து அறைக்கு வந்து உறங்குவதற்கு அதிகாலை ஆகிவிட்டது.சண்முகத்திடம் நேற்று நான் கேட்டது எவ்வளவு பெரிய தவறு? அவன் என்னைப் பற்றி என்ன நினைப்பான்? நான் ஏன் அவ்வாறு நடந்து கொண்டேன்? சண்முகத்தை தேடி வந்தது தனக்கு ஏதாவது ஒரு நல்ல வேலை கிடைக்குமா என்று கேட்கத்தானே? இங்கு வந்து பார்த்தால் அவன் செய்வதோ கள்ளக்கடத்தல் அதுவும் போதை மருந்து கடத்தல். இது எவ்வளவு மோசமான காரியம்.

இந்த வேலையை எனக்கும் வாங்கி கொடு என்று அவனிடம் கேட்டிருக்கிறேனே இது என்ன முட்டாள்தனம்? இனியும் இங்கிருப்பது ரொம்ப ஆபத்தான காரியம்.சண்முகத்தோடு இங்கு வைத்து நானும் மாட்டிக்கொண்டால் நம் குடும்பத்தையார் காப்பாற்றுவது? ஏற்கனவே வீட்டிலுள்ளவர்கள் பசியாலும் நோயாளும் கடன் பிரச்சினையாலும் திண்டாடி போயுள்ளனர். அந்த நேரத்தில் நானும் பிரச்சினைகளில் மாட்டிக் கொண்டால் அவ்வளவுதான் என்ன நடக்கும் என்பதை சிந்-

திக்கவே பயமாக இருக்கிறது.

அப்படியானால் இனி என்ன செய்வது என்று யோசிக்கயோசிக்க கதிருக்கு தலைவலிதான் வந்தது. சண்முகம் வந்தவுடன் அவனிடம் சொல்லிவிட்டு ஊருக்கு கிளம்பி போக வேண்டியதுதான். எவ்வளவு பெரிய தவறான சட்டவிரோதமான ஆபத்தான வேலையை சண்முகம் செய்கிறான். எல்லாவற்றிற்கும் இந்த வறுமை தான் காரணமோ? ஒழுக்-கமான மனிதனை கூட வறுமை கெட்டவனாக மாற்றிவிடுகிறதே இதி-லிருந்து மீள வழியே இல்லையா?.

நான் பார்த்த சண்முகம் எவ்வளவு நல்லவன், சாது. எங்களுடைய பள்ளியிலேயே மிக ஒழுக்கமானவன் அவனைப் பற்றி ஊருக்குள் எவ்-வளவு உயர்வான பேச்சுக்கள். அந்த வறுமையிலும் நன்றாக படித்தானே இப்போது ஏன் இப்படி? எத்தனை வறுமை வந்தாலும் நேர்மையை கைவிடலாமா? கூடாது. சண்முகம் வந்தவுடன் இதுகுறித்து அவனிடம் பேசி பார்க்கவேண்டும். சம்மதித்தால் அவனையும் கையோடு இங்கிருந்து அழைத்துச் சென்றுவிடவேண்டும். என்னைவிட அவன் நிலை மிகவும் பரிதாபகரமானது. அவனுடைய வயதான தாய் அவனை மட்டுமே நம்பி இருக்கிறார். இறுதி காலத்தில் அவளை கவனித்துக் கொள்ள வேண்-டியது அவனுடைய கடமை அல்லவா. இவனுக்கு ஏதேனும் நேர்ந்-தாலோஅல்லது சிறையில் இருக்க வேண்டிய சூழ்நிலை ஏற்பட்டாலோ அவளை யார் கவனித்துக் கொள்வார்கள்? இதையெல்லாம் கண்டிப்பாக அவனுக்கு எடுத்துசொல்ல வேண்டும்.

வெளியில் இருந்து வீசிய சற்று குளிர்ந்த காற்று பால்கனியில் அமர்ந்திருந்த கதிரை தழுவி சென்றது. அதன் சுகத்தில் குளுமையில் சற்று கண்ணை மூடியபோது மீண்டும் கிருஷ்ணனும் கர்ணனும் மனதில் தோன்றினார். தங்களுக்குள் விவாதித்து கொண்டனர்.

கதிருக்கு விழிப்பு வந்தது. இன்று எனக்கு என்னவாயிற்று? ஏன் மறுபடியும் மறுபடியும் கிருஷ்ணரும் கர்ணனும் கனவில் வருகிறார்கள். மனதில்எதைநினைத்துக்கொண்டிருக்கிறோமோ அதுதான் கனவாக வரும் என்பார்கள்.

நானும் சண்முகத்தையே நினைத்துக் கொண்டிருப்பதால் அந்த கனவு வருகிறதோ? அப்படியானால் நான் யார் கிருஷ்ணனா? நான் கிருஷ்ணன் என்றால் சண்முகம் கர்ணனா? நான் அவனுக்கு என்ன ஆலோசனை சொல்வது? ஓ அவன் தவறான பாதையில் செல்வதை

தடுப்பதுதான்என்னுடைய பணியோ? அதற்காகத்தான் நான் இங்கு வர நேரிட்டதா? சில மாதங்களாகவே சரியான வேலை இல்லாமல் பல இடங்களுக்கும் சுற்றித் திரிந்த நான் நேற்று இங்கு வர வேண்டிய அவசியம் என்ன? இது யார் செய்யும் மாயம்?

எல்லாம் சரி சண்முகம் நான் சொன்னால்கேட்பானா?அல்லது கிருஷ்ணனையே புறக்கணித்த கர்ணனைப் போல் பேசுவானா? அப்படி பேசினால் என்ன செய்வது?கதிரின் மனதிற்குள் குழப்பமும் கவலையும் தோன்றியது.“கிருஷ்ணா உன் அளவிற்கு எனக்கு புத்திசாலித்தனம் இல்லை. உன்னைப்போல் நான் தந்திரகாரனும் அல்ல. ஆனால் என் நண்பனை காப்பாற்ற வேண்டுமென்ற எண்ணம் எனக்குள் எழுகிறது. இந்த தவறை அவன் எந்த சூழ்நிலையில் செய்திருந்தாலும் மன்னிப்பா-யாக. அவனை நல்ல நிலைக்கு கொண்டு வர உன்னால் தான் முடி-யும். அதற்கு நீ என்னை கருவியாக பயன்படுத்துகிறாய் என்பதை நான் அறிந்து கொண்டேன். நான் செய்யும் முயற்சிகளுக்கு நீஉறுதுணையாய் நின்று காக்க வேண்டும் உன் பாதம் பணிகிறேன் கிருஷ்ணா” கதிர் மனதிற்குள் வேண்டிக்கொண்டான்.

நட்பு என்றால் என்ன? நல்லநிலையில் உள்ள நண்பனை சார்ந்து இருப்பதா? அல்லது கெட்டவழியில் செல்லும்நண்பனை விட்டு விலகி இருப்பதா? இந்த இரண்டையும் விட மேலானது ஒன்று உண்டு. அது தவறு செய்யும் நண்பனிடம் அதை சுட்டிக் காட்டி அவனை நல்வழிப்-படுத்துவது. இந்த செயலை செய்யும் நண்பன் உயர்வானவன். மகாபா-ரதத்தில் கர்ணன் இதை செய்திருந்தால் துரியோதனன் தவறு செய்யாது திருந்தியிருப்பான் குருசேத்திர யுத்தம் நிகழ்ந்திருக்காது. தன்னுடைய-நண்பனுக்காக எதையும் செய்வேன் என்று முட்டாள்தனமாக கர்ணன் துரியோதனன் செய்ததற்குஎல்லாம் துணை போனதால்தான்துரியோதனன் மேலும் மேலும் மோசமானவனானான்.அவனுடைய தூர்நடத்தைகளுக்கு-கர்ணனும் பங்காளி ஆனான்.

ஆனால் இங்கு நான் அதுபோல் இருக்கப்போவதில்லை.சண்முகத்-திடம் பேசி அவனுடைய தவறை அவனுக்கு உணர்த்தி நல்வழிப்படுத்தி என்னோடு அழைத்துப் போகப் போகிறேன்கதிர் தனக்குள் தீர்மானித்துக் கொண்டான்.

12

பூங்குழலிமயக்கம் தெளிந்துகண்விழித்தபோது அவளைச் சுற்றி கூட்டமாக பெண்கள் நிற்பதை பார்த்தாள்."எப்படிம்மா இருக்கு பரவாயில்லையா. மெதுவா எந்திரிச்சி அப்படியே அந்த தூணில் சாஞ்சு உக்காந்துக்கோ" அதுவரை தன் மடியில் அவளை படுக்க வைத்திருந்த ஒரு வயதான பெண்மணி அவள் எழுந்து தூணில் சாய்ந்து அமர உதவினாள்.

"என்னமா எங்க இருந்து வர்ற உனக்கு என்ன ஆச்சு. எதுவும் உடம்பு சரி இல்லையா? திடீர்னு மயக்கம் ஆயிட்டே" வெகு அக்கறையோடு அங்கிருந்தஒரு பெண்மணி கேட்டார்."என்னஆச்சு என்று தெரியவில்லை.அம்மானை நெருங்கி வருகையில் உடம்பு படபடத்து ஏதோ போல் ஆகி என்னை அறியாமல் மயங்கி விட்டேன்".

"காலையில ஏதாவது சாப்பிட்டியா? உன்னை பார்த்தால் சாப்பிடாதது போல் தெரிகிறது" என்று சொன்ன ஒரு இளம் வயது பெண் தன் கையில் இருந்த கூடையில் குழந்தைக்காக ஒரு பாத்திரம் நிறைய கொண்டு வந்திருந்த பாலை எடுத்து அவளிடம் நீட்டினாள்."குழந்தைக்காககாய்ச்சின பால் தான்குடிங்க உடம்புக்கு கொஞ்சம் தெம்பு வரும். தரிசனம் முடித்து வெளியே போனபின் கடையில் ஏதாவது சாப்பிட்டு விட்டு வீட்டுக்கு போகலாம்".

மற்றொரு பெண் குழந்தைகளுக்காக கொண்டுவந்திருந்த பிஸ்கட் கவரை நீட்டினாள். வேறொருத்தி சில வாழைப்பழங்களை கொடுத்தார்.பூங்குழலிக்கு மிகவும் தயக்கமாக இருந்தது."நான் யார் எனக்கு என்ன நேர்ந்தது எதன் பொருட்டு இவர்களெல்லாம் என் மேல் இவ்வளவு பரிவு காட்டுகிறார்கள்? கஷ்டத்தில் இருப்பவர்களுக்கும் இப்படி அவசர காலங்களிலும் தன்னாலான உதவியை செய்வதற்குப் பெயர்தான் மனிதத்தன்மையோ?மனிதர்களுக்கு இயற்கையிலேயே இந்த குணம் உண்டா அல்லது யாரை பார்த்தாவது கற்றுக் கொள்கிறார்களா?

இதுவரை யார் மேலாவது நான் இவ்வளவு பரிவு காட்டி இருக்கிறேனா? அவள் நினைவு தெரிந்து இதுபோல் யாருக்கும் அவர்கள் கேட்காமல் ஓடோடிச் சென்று நான் உதவியது இல்லையே? என்னிடம் துளிகூட நல்ல எண்ணம் இல்லையா ஏன் இப்படி இருக்கிறேன்? இது தான் என் பிறவிக் குணமா அல்லது வளர்ந்த விதமா? இரண்டும்தான் என்றால் இதை உடனே மாற்ற வேண்டுமே கடவுளே எனக்கு உணர்த்த-

தான்இந்த விளையாட்டா?'' பாலும்,பழமும், பிஸ்கட்டும் சாப்பிட்டவுடன் சற்று தெம்பு வந்தது.

எழுந்து அனைவருக்கும் நன்றி சொல்லி அம்பிகையை காண மறுபடியும் வரிசையில் வந்து நின்றாள். தரிசனம் முடிந்துநெய் பிரசாதம் வாங்கிக்கொண்டு கோவிலை விட்டு வெளியேறி பூஜை பொருள் வாங்கிய கடைக்கு திரும்பி வந்தாள். மதியநேரம் ஆகியிருந்தால் கடையில் கூட்டம் இல்லை. கடைக்காரி தனியாக அமர்ந்திருந்தாள் பூங்குழலியை பார்த்தவுடன் எழுந்து "தரிசனம் எல்லாம் நல்லபடியா முடிஞ்சதா?'' என்று கேட்டாள். பூங்கொடி பொறுமையாக நடந்தவற்றை அவளுக்கு விவரித்தாள்.

"எல்லாம் அம்பிகையின் திருவிளையாடல்தாம்மா. உங்களுக்கு ஏதோ விஷயத்தைகாட்ட வச்சிருந்தா போல இருக்கு. அதை இப்போது தான் சமயம் பார்த்து உங்களிடம் வெளிப்படுத்தியிருக்கிறார். கவலைப்படாதீர்கள் நல்லதே நடக்கும்''.

"ஆனால் இங்கு நடந்தவைகளுக்கு என்ன அர்த்தம் என்று புரியவில்லையே? நான் மயங்கி விழுந்தது எதற்காக? இது என்னுடைய பாவங்களுக்கான தண்டனையா? என் வயிறு தீப்பிடித்துஎரிந்ததை போல் உணர்ந்தேனே இனி அவ்வளவு தானா என்னல் கர்ப்பம் தரிக்க இயலாதா குழந்தைப்பேறு என்பதே இனி அவ்வளவு தானா?''பூங்குழலியின் கண்களிலிருந்து கண்ணீர் தாரை தாரையாக வழிந்தது.

"அழாதீர்கள் கோவிலுக்கு வந்துவிட்டு திரும்ப போகும்போது சந்தோஷத்துடனும் தெய்வத்தின் ஆசீர்வாதத்துடனும் தான் வீட்டிற்கு போக வேண்டும்.இப்படி கண்ணீரோடும் கவலையோடும் அல்ல. கொஞ்சம் இங்கே அமருங்கள் உங்களுக்கு தெளிவு கிடைக்கும்'' என்று சொல்லி கடையின் உட்பகுதியில் இருந்த மற்றொரு மரச்சேரில் அவளை அமர வைத்தாள்.

பூங்குழலி கடையின் உள்பகுதியில் அமர்ந்தவாறு கடைவீதியில் நடப்பதை கவனித்துக்கொண்டிருந்தாள். கடையின் எதிர்புறம் சில பிச்சைக்காரர்கள் வரிசையாக அமர்ந்து தர்மம் கேட்டபடி இருந்தனர். அவர்கள் தர்மம் கேட்ட குரல் கொஞ்சம் கொஞ்சமாக உயர்ந்துஅவளுடையசெவிக்குள் புகுந்து தலையினுள் ஓங்கி ஒலிப்பது போல் தோன்றியது.

இதுவரை வீட்டிற்கு தர்மம் கேட்டு வந்த யாருக்கேனும் ஒரு பிடி அரிசியோபைசாவோகொடுத்திருக்கிறோமா? என்ற கேள்வி அவள் மனதில் எழும்பியது.ஒருவருக்கும் கொடுத்ததாய் ஞாபகமில்லை. தினமும் உண்பதற்கு முன் காக்கைக்கோநாய்க்கோஉணவுகொடுத்திருக்கிறேனா- என்று யோசித்தாள். அதிலும் இல்லை என்ற பதிலே வந்தது.ஏன்இவ்- வாறு நடந்து கொண்டோம்?.

தேவைக்கு அதிகமாக தான் பணம் இருக்கிறதே அதில் கொஞ்சம் எடுத்து தேவைப்படுபவர்களுக்கு தேவையான நேரத்தில் கொடுத்திருக்- கலாமே? பசி என்று வருபவர்களுக்கு கூட தானம் செய்யாத நாம் ஒரு மனித இனமா? இதை எனக்கு உணர்த்துவதற்காக தான் அம்- பிகை இப்படி ஒரு விளையாட்டை நடத்தினாளா? என்னை யார் என்று அறியாதவர்கள் கூட நான்மயங்கி விழுந்தவுடன் என்மேல் பரிதாபப்- பட்டு தங்களுடைய குழந்தைக்காக வைத்திருந்த அத்தியாவசிய உணவுப் பொருட்களை கூட எனக்கு வழங்கினார்களே அவர்கள் அல்லவா மனி- தர்கள். அதனால் அல்லவா அவர்களுக்கு அவர்கள் கேட்ட வரத்தை அம்பிகைவாரி வழங்கியிருக்கிறார்.

இங்கு என்னை வரவைத்து அம்பிகை என் தவறை சுட்டிக் காட்- டியிருக்கிறார். இனி நான் எப்படியிருக்க வேண்டும் என்பதை இப்போது தீர்மானிக்க வேண்டும். நம்முடைய செல்வம் சிலருக்காவது உபயோக- மாய் இருக்க வேண்டும். அதை இப்போதுதிருந்தே அன்னையின் சந்நி- தியில் இருந்தே துவங்கினால் என்ன? பூங்குழலிக்குதான் யோசிப்பது சரி என்று பட்டது அதை உடனே செயல்படுத்த விரும்பினாள்.

தன்னுடைய விருப்பத்தை கடைக்காரியிடம் சொன்னாள்.“தாராள- மாக செய்யுங்கள் அம்மா. நீங்கள் அம்பிகையின் மனம் குளிர என்- னென்ன செய்கிறீர்களோ அதேபோல்அந்த அம்பாளும் நீங்கள் விரும்- பியதை எல்லாம் உரிய காலத்தில்நீங்கள் போதும் போதும் என்று சொல்லுமளவிற்குஅள்ளிக் கொடுப்பார்.அன்னையின் அன்பு பிடியில் சிக்கி நீங்கள் திக்குமுக்காடிப் போவீர்கள்” மகிழ்ச்சியுடன் பூங்குழலியின் முடிவுக்கு ஆதரவளித்தாள்.

பூங்குழலி அருகிலிருந்த ஹோட்டலுக்கு சென்றுஇருபது சாப்பா- டுபொட்டலங்கள் வாங்கினாள். வெளியே அமர்ந்து தானம் கேட்ட- வர்களுக்கெல்லாம்வழங்கினாள். அந்த வரிசையில் கடைசியாக ஒரு

வயதான தம்பதி இருந்தது. அவர்களிடமும் உணவு பொட்டலங்களை கொடுத்து விட்டு திரும்பும்போதுதான் பூங்குழலி அதை கவனித்தாள். அந்த ஆணுக்கு கைகள் இரண்டும் செயலிழந்த நிலையில் இருந்தது. ஒரு சிறிய பலகையில் அவர் அமர்ந்திருந்தார். அவருடைய மனைவி அருகில் அமர்ந்திருந்தார்.

பூங்குழலி கொடுத்த உணவு பொட்டலத்தை அந்தப் பெண்மணி மிகுந்த ஆர்வத்துடன் பிரிக்க முற்பட்டார். ஆனால் அதில் கட்டப்பட்டி-ருந்த கயிறு முடிச்சு எங்கிருக்கிறது என்பது தெரியாமல் உணவு பொட்-டலத்தை தடவித் தடவிப் பார்த்து பிரிக்க முயற்சித்தாள்.“என்னம்மா இங்கேயேநின்று விட்டீர்கள்.இவர்கள்படும்பாட்டை பார்த்துக் கொண்டி-ருந்தாலோ, இவர்களின் கதையை கேட்டாலோ உங்கள் மனசு இன்-னும் ரொம்ப கஷ்டப்படும். இந்த அம்மாவுக்கு கண் பார்வை கிடையாது அந்த ஐயாவுக்கோ கைகள் இரண்டும் வேலை செய்யாது. ரொம்ப பாவப்பட்ட ஜென்மங்கள்” என்று சொன்னவாறு கடைக்காரி அருகில் வந்தாள்.

அவர்கள் படும் கஷ்டத்தை பார்த்து தாங்க முடியாமல் பூங்குழலி உணவு பொட்டலத்தை பிரித்து கொடுத்தாள். அதிலிருந்து ஒருகை சாப்-பாடு எடுத்து அவருக்கு ஊட்டிவிட முயற்சித்து ஓரிருமுறை தோற்று பின் அவளுடைய இடது கையினால் அவர் கன்னத்தை தடவி வாய்க்கு நேர் கீழே தாடையை பிடித்து கொண்டாள்.அதன்பின் தன்னுடைய வலது கரத்தால் அவருக்கு ஊட்டி விட துவங்கினாள்.“ஏ புள்ள காவேரி எல்லாத்தையும் எனக்கே எடுத்துக் கொடுக்காமல் நீயும் இரண்டு வாய் சாப்பிடுப் புள்ள”அன்புடன் மனைவியை பார்த்து சொன்னார் அந்த கிழவன்.

“எனக்கு இன்னொரு பார்சல் கொடுத்திருக்காங்க. இதை நீங்க முழுசா வயிறார சாப்பிடுங்க நான் அப்புறம் சாப்பிடுகிறேன்” என்று சொல்லி அவருக்கு உணவு ஊட்டிய பின் காவேரி என்ற அந்தப் பெண் சாப்பிட துவங்கினாள். இதை காண சகிக்காத பூங்குழலி “அம்மா ரொம்ப கஷ்டப்படுகிறீர்கள் இன்று நான் உங்களுக்கு ஊட்டி விடட்டுமா? நீங்களா எடுத்து சாப்பிடும் போது நிறையசாப்பாடு கீழே சிந்துகிறது பாருங்கள். அதனால் நான் ஊட்டி விடுகிறேன்” என்று கூறி அவள் அருகில் அமர்ந்து உணவை ஊட்டி விட்டாள்.

மனைவி சந்தோசமாய் உணவு அருந்துவதை பார்க்கையில் கணவனின் கண்களில் கண்ணீர் பெருக்கெடுத்தது. "நீ யாரா இருந்தாலும் நல்லா இருக்கணும் தாயி. நீண்டநாட்களுக்கு அப்புறம் ரொம்ப சந்தோசமா இருக்கோம் வயிறு நிறைய சாப்பிட்டோம். எங்கள் வயிறு நிறைந்தது போல்நீயும் உன் மனம் நிறைந்த சந்தோசத்தோடு நூறு வருஷம் வாழ்வதற்கு அந்த அம்பிகையிடம் வேண்டிக் கொள்கிறோம்".

அவர்கள் இருவரும் அன்று நல்ல உணவு கிடைத்த சந்தோஷத்தில் இருந்தனர். பூங்குழலி அவர்களைப் பற்றி விசாரித்தாள்."அம்மா நாங்கள் இருவருமே வசதியான குடும்பத்தை சேர்ந்தவர்கள் தான். நான் நகரத்துக்குள் ஒரு ஃபைனான்ஸ் கம்பெனி நடத்திக் கொண்டிருந்தேன்.இவள் அப்பவே சொன்னாள் அநியாய வட்டி வாங்காதீங்கன்னுகேட்டேனா இந்த படுபாவி? இல்லையே எத்தனை பேருடைய சாபமோ ஒரு நாள் திடீர்னு என் கைகால்கள் செயலிழந்து போச்சு. படுத்த படுக்கையாய் ஆயிட்டேன் அதற்கிடையில் காசு காசுன்னு நான் ஓடிக்கொண்டு இருந்ததாலே இவளுக்கு கண்புரை நோய் ஏற்பட்டத கூட கவனிக்காமல் விட்டு விட்டதால் அவளுடைய பார்வையும் போயிருச்சு. பணம் சம்பாதிப்பது என்னத்துக்கு மகிழ்ச்சியாக வாழத்தானே? இதை கூட உணராமல் சம்பாதிக்கிறது எதற்கு? எங்களுடைய அத்தனை சந்தோஷங்களும் நோய் வந்தவுடன் எங்களை விட்டு போயிருச்சு. ஒரு கட்டத்துக்கு மேல எங்களைவைத்து கவனிக்க முடியாதுன்னு முடிவெடுத்த பிள்ளைகள் எங்களை ஒரு அனாதை இல்லத்தில் கொண்டு வந்து விட்டு விட்டு போய்விட்டார்கள். அனாதை இல்லத்தில் எத்தனை நாள் தான் கவனிப்பாங்க?. அதுவும் எங்களை மாதிரியான வியாதியஸ்தர்களை யார் பாத்துப்பாங்க? ஏதோ வைத்தியம் பார்த்ததில் கொஞ்சம் காலை ஊன்றி நடக்கிற அளவுக்கு பலம் கிடைத்தது. ஆனால் கைக்கு தான் ஒன்னும் செய்ய முடியல. வேற வழியில்லாத காரணத்தினால்இந்த அம்மாவின் கடைக்கு பின்புறமுள்ள கூரைக்கு கீழே தங்கிக்கொண்டு இந்த கோவில் வாசலிலே அம்பிகையை வேண்டி கேட்டு பிச்சை எடுக்கிறதைதொழிலாக ஆக்கிகொண்டோம். இனி உயிர் போற வரைக்கும் இது தான் எங்கள் தொழில் என்று ஆகிப்போச்சு".

அவருடைய கதையை கேட்டு பூங்குழலி உருகிப் போனாள்.அதற்குமேல் அவர்களிடம் என்ன பேசுவது என்று அவளுக்கு தெரியவில்லை.

சற்று நேரம் அமைதியாக இருந்து விட்டு அவர்கள் இருவருக்கும் சில நாட்களுக்கான உணவிற்கு தேவையான பணத்தை கொடுத்துவிட்டு பூங்குழலி வீட்டிற்கு திரும்பினாள்.

13

செந்தில்நாதன் கோபத்தோடு வெளியேறி போனதும் மறுபடியும் நாய் குறைக்கும் சத்தம் கேட்டது. ஆனால் இந்த முறை அது கூண்டில் அடைபட்டிருந்த நாய் அல்ல. கல்பனாவின் மனதிற்குள் ஆவேசத்தோடு சீறிக் கொண்டு இருந்த வெறிபிடித்த நாய். மனதிற்குள் அது செய்யும் ஆர்ப்பாட்டங்களுக்கு உண்மையிலேயே கல்பனா பயந்துதான் போனாள்.

இப்போது என்ன செய்வது பழையபடி நிதானம் காட்டுவோமா? சற்று பொறுமையாக அமர்ந்து யோசிப்போம். ஏதேனும் நல்லவழி தெரியக்கூடும். கல்பனா பக்குவப்பட்டாள். அந்த சூழ்நிலையை சமாளிக்க கற்றுக்கொண்டாள்.

சோபாவில் போய் அமர்ந்தாள் தனக்குள் அமைதியானாள்.செந்தில்நாதனால்அவமானப் படுத்தப்பட்டு ஆர்ப்பரித்துக் கொண்டிருந்ததன் மனதை உற்று நோக்கினாள். மனதிற்குள் ஆங்காரத்துடன் சத்தமிடும் நாயை எப்படி அடக்குவது என்ற வழிமுறைகளைஏற்கனவே தெரிந்து கொண்டதால் அவளால் உடனடியாக அந்த சூழ்நிலையை சிறப்பாக கையாள முடிந்தது. இவள் அமைதி கண்டு நாய் கொஞ்சம் கொஞ்சமாக அடங்கியது. தன் முரட்டுத்தனத்தை கைவிட்டது அவளுடைய அருகில் வந்து வாலை ஆட்டிக்கொண்டு அவள் காலடியில் சுருண்டு படுத்தது.

எல்லா பிரச்சினைகளும் இதுபோல் தானோ?பிரச்சனைகள் ஆர்ப்பரிக்கும்போது நாமும் அதே போல் செய்தால் அதுவும் கடுமை காட்டும். அமைதியாக இருந்து யோசிக்க காணாமல் போகும். நாம் ஏன் வீணாக பிரச்சினைகளைக் கண்டு பயந்து ஒதுங்கி ஓடிஒளிக்கிறோம்.வேறு என்ன செய்வது பிரச்சனைகளைதைரியமாகஎதிர்கொள்ள வேண்டுமா? அதற்கான துணிச்சலும் திறமையும் நமக்கு இருக்கிறதாஇப்படிசிந்திக்க கல்பனாவிற்கு குழப்பமே மிஞ்சியது.

ஒன்றுபிரச்சினைகளை கண்டு ஓடி ஓடிய வேண்டும் அல்லது அதை எதிர்த்து போரிட வேண்டும். இது இரண்டும் இல்லாமல் வேறொன்றும் செய்ய முடியாதா இவற்றிற்கு மாற்று வழியே இல்லையா? மீண்டும் மீண்டும் யோசிக்க அந்த வார்த்தை மனதில் ஒரு மூலையில் தொக்கி நின்றது

ஆம் மாற்று வழியைத் தான் பார்க்க வேண்டும் அதை எப்படி எல்லோரும் சமயத்தில் மறந்து போகிறோம். நேரடியாக தீர்க்கமுடியாத பல பிரச்சனைகளை கூட ஏதேனும் ஒரு மாற்று வழியைக் கொண்டுஅதன் பாதிப்பைகுறைக்கலாமே

கல்பனாவிற்கு தன்னுடைய பிரச்சனையை எப்படி தீர்ப்பது என்று ஒரு யோசனை தோன்றியது. நம்முடைய முதல் பிரச்சனை என்ன கணவன் குறுக்குவழியில் பணம் சம்பாதிக்கிறான், நேர்மையற்ற முறையில் நடந்து கொண்டிருக்கிறான் என்பது தானே அவனை இனி நம்மால் திருத்த முடியாது. ஆனால் அவன்செய்தபாவத்திற்க்குஏதாவது பரிகாரங்களை செய்து பாதிக்கப்பட்டவர்களின் சாபத்தினால் பெரிய கெடுதல்கள்-ஏதும் நேராமல் பார்த்துக்கொள்ள முடியுமே.

பரிகாரம் செய்வது என்றால் என்ன?பூஜை, புனஸ்காரங்கள்செய்வதோ யாகம், ஹோமம் வளர்ப்பதோ அல்ல. தெரிந்தோதெரியாமலோபிறருக்கு இழைத்த தீங்கை உணர்ந்து மனம் வருந்தி பாதிக்கப்பட்டவரிடம்-தன்னுடைய தவறை ஒத்துக்கொண்டுஅவர் அப்பாதிப்பிலிருந்து மீண்டு வர தன்னாலான முயற்சிகளை செய்வதாகும்.

அதைநான் எப்படி செய்வது?எவ்வாறு, எங்கிருந்து தொடங்குவது என்று யோசித்தாள். ஆரம்ப காலகட்டத்தில் செந்தில்நாதனால் ஏமாற்றப் பட்டவர்களை அவளுக்கு தெரியும்.கிராமத்தில்பக்கத்து வீட்டில் கூடியிருந்த வசதியான, அமைதியான பணக்காரர்களை தான்குறிவைத்து அவன் ஏமாற்று வேலைகளை தொடங்கினான். அது ஆரம்ப காலகட்டம் என்பதால் அவர்களுடைய குடும்பத்தோடு கல்பனாவிற்கு நல்ல பரிச்சயம் இருந்தது. இன்னும் அவர்கள் எல்லாம் அங்கேயே தான் குடியிருக்கிறார்களா அல்லது வேறு எங்கும் போய் விட்டார்களா என்று தெரியாது. இருந்தாலும் நேரில் போய் அவர்களை சந்திக்க முயற்சிப்போம். இவரிடம் பணத்தை பறி கொடுத்துவிட்டு அவர்கள் கண்டிப்பாக சிரமப்படுவார்கள். வறுமையின் பிடியில் அவர்கள் சிக்கியிருந்தால் நம்மாலான உதவிகளை செய்து அவர்களுடைய வறுமையை போக்க முயற்சிப்போம்.

நல்லது செய்ய நாள் கிழமை பார்த்துக் கொண்டிருக்கக் கூடாது. மனம் என்பது குரங்கு போல் அங்குமிங்கும் தாவ கூடியது அதனால் நல்லதை செய்ய முடிவெடுத்தால் அப்போதே தொடங்கிவிட வேண்டும்.இந்த யோசனைஅவளுக்கு மகிழ்ச்சியை தந்தது. அதனால் உடனே

செயல்படுத்த தயாரானாள்.

அனுலாக்கரில் இருந்து பணத்தை எடுத்து செலவழிப்பது போல் நாமும் செய்யலாம். செந்தில்நாதன் கணக்கு வழக்கு பார்ப்பதில்லை. அதனால் நம்முடைய திட்டத்திற்கு அனுவின் பெயரை பயன்படுத்தலாம்.

செந்தில்நாதனின் அலுவலக அறைக்குள் புகுந்தாள்.வருமான வரி-சோதனைகளிலிருந்து தப்பிக்க வேண்டி அவன் ஏற்படுத்தி இருந்த ரகசிய பாதுகாப்பு பெட்டகம் இருந்த அறைக்குள் சென்று அங்கிருந்த-லாக்கரைதிறந்து குவிந்து கிடந்த ரூபாய் கட்டுகளில் சிலவற்றை கையில் எடுத்துக்கொண்டு லாக்கரை பழையது போல் பூட்டி அந்த அறை-யிலிருந்து வெளியேறினாள்.அவள் கையிலிருந்த பணக்கட்டுகள்லாக்கர் சிறையில் இருந்துவிடுதலை கிடைத்த மகிழ்ச்சியில் சிரித்தன.

14

கூட்டம் குறைவாக இருந்த கேண்டினுக்குள்ரேகாநுழையும்போதே அவளை கண்டு கொண்டசத்யராஜ் கையசைத்து அழைத்தான். அவன் அமர்ந்திருந்த டேபிளில் வேறு ஆட்கள் இல்லாமல் காலியாக இருந்-ததால் ரேகா போய் அவன் எதிரே அமர்ந்தாள்.தனக்கு தேவையான உணவு ஆர்டர் செய்தாள்.

“சரியான ஆள் தான் சார் நீங்க. என்னை கோர்ட்டில் விட்டுட்டு இங்க வந்துஒத்தையில சாப்பிட்டுட்டு இருக்கீங்க. உங்களுக்கு வயிறு வலிக்க போகுது பாருங்க” வெகு இயல்பாக ரேகா அவனை கிண்-டலடிக்க சற்று திடுக்கிட்டுப்போனார். என்ன இவள் முதல்முறையாக கோர்ட்க்கு வருபவர்களுக்கு இருக்கும் எந்தவித பதட்டமும் இல்லாமல் ரொம்ப சாதாரணமாக எல்லாவற்றையும் எடுத்துக்கொண்டு இப்படி ஜோக்கடித்து பேசுகிறாளே என்று அதிசயப்பட்டார்.

“அப்படி எல்லாம் ஒன்றும் இல்லை நீங்களே காதல் தோல்வியினால் வதங்கிப் போய் இருக்கிறீர்கள். அப்படிப்பட்ட மனநிலையில் சாப்பிடு-வீர்களோமாட்டீங்களோ என்று நினைத்துதான் நான் மட்டும் கேண்டி-யனுக்கு வந்தேன்”அவள் பாணியிலேயே பதில் சொன்னான்.

“காதல் தோல்வியா எனக்கா? நீங்க என்ன சொல்றீங்கன்னு புரிய-லையே? அதாவது கேஸில் நாம் தோற்று விடுவோமென்று நீங்க மறை-முகமா சொல்றீங்களா”.

“வழக்கில் தோற்றுப் போவோம் என்று நான் சொல்லவில்லை. ஆனால் உண்மை நிலவரத்தைப் பார்த்தால் காதல் வாழ்வில் நீங்கள் தோற்று போனது போல் தெரிகிறதே அந்த வருத்தத்தில் இருக்கிறார்கள் என்றுதான் சொன்னேன்”.

“நிஜத்திலும் நான் எங்கே தோற்றேன்.அவளொரு பெரிய பணக்காரியாகஇருக்கலாம் ஆனால்அவள் உருவத்தைபார்த்தால் யாருக்காவது அவள் மேல் காதல் வருமா?எங்கேயோ பார்த்து எப்படியோஅவர் மீது-ஆசைபட்டுவிட்டாள். தன் பணத்தை கொண்டு அவரை அடைந்தே தீர வேண்டும் என்ற வெறியில் இப்படி வழக்கு தொடர்ந்து நம்மை அலைக்கழிக்க வைக்கிறாள். நான் இதற்கெல்லாம் பயப்பட போவதில்லை நானாஅவளா ஒரு கை பார்க்கலாம் என்று முடிவெடுத்து விட்டேன்”.

சத்யராஜிக்கு அவளுடைய பேச்சு அதிசயமாகவும்அசிங்கமாகவும் தெரிந்தது.இவள் ஏன் இப்படிமற்றொரு பெண்ணை தவறாக பேசுகிறாள். உருவத்தை வைத்து ஒரு பெண் மற்றொரு பெண்ணை தரம் தாழ்த்திப் பேசுவது அருவருப்பாக இருந்தது.

“வசந்த் உங்களை உண்மையாக காதலிப்பது போல் தெரியவில்லையே? அப்படி காதலித்திருந்தால் ஏன் உங்களை கண்டு பயந்து ஓடி ஒளிய வேண்டும். கோர்ட்டு ஹாலிலிருந்து வெளிவந்த உடனேயே தலைமறைவாகிவிட்டாரே. உங்களுக்கு இன்னுமா அவர் மீது நம்பிக்கை இருக்கிறது”.

சத்யராஜின் இந்த கேள்வி ரேகாவுக்கு கடும் எரிச்சலை உண்டு பண்ணியது. “உங்களுக்கு அவரை பற்றி தெரியாது சார் பக்கா ஜென்டில்மேன். அவர் என்னை ஏமாற்றுவார் என்று கற்பனை செய்து கூட பார்க்க முடியாது. இந்த விஷயத்தில் என்னை கன்பியூஸ் பண்ண பார்க்காதீர்கள் நான்யார் பேச்சையும் கேட்க மாட்டேன். நான் அவரைத்தான் திருமணம் செய்து கொள்வேன்”.

உயர்ந்து கொண்டே வந்த அவளுடைய கோபத்தை தணிக்க வேண்டி சத்யராஜ் பேச்சை திசை திருப்பினார். “ஓபேஷாஅவரையே கட்டிக்கோங்க அதனால்என்ன? ஆமாஉங்கள் காதல் பிரச்சனை வீட்டிற்கு தெரியுமா உன் பெற்றோருக்கு தெரிந்தால் என்னவாகும்?”.

“இத்தனை நாள் தெரியாமல் பார்த்துக்கொண்டாகிவிட்டது. இன்று ஒரு நாள் மட்டும் தெரியாமல் இருந்தால் போதும் கோர்ட்டு தீர்ப்பு வந்த பிறகு உடனடியாக வீட்டில்அவரைப் பற்றி சொல்லி திருமணத்தைப் பேசி முடிவெடுக்க வேண்டும்”.

“உன் மனதில் பெற்றோரை ஏமாற்றுகிறோமே என்கிற குற்ற உணர்வு இல்லையா?நீ உன் பெற்றோரை ஏமாற்றுவது போல் வசந்த் உன்னை ஏமாற்றினால் தாங்கிக் கொள்வாயா? நியூட்டனின் விதி பற்றி உனக்கு தெரியுமல்லவா ஒவ்வொரு செயலுக்கும் இணையான ஒரு எதிர்வினை உண்டு என்று. அவ்வாறு நிகழ்ந்தால் எப்படி தாங்குவாய்? ஒருவேளை தீர்ப்பு உனக்கு பாதகமாக வந்தால் என்ன செய்வதாய் உத்தேசம்?” தான் கேட்க நினைத்த கேள்விகளை எல்லாம் முகத்தில் இருந்த புன்னகையை மாற்றாமல் மெதுவான குரலில் அவளை நோக்கி வீசினான்.

அவனுடைய கேள்விகளுக்கெல்லாம் அவளிடம் பதில் இல்லாத-தால்மௌனமானரேகாபேசாமல் சாப்பிட்டு முடித்தாள். அவள் அமைதி-யானதிலிருந்து ஏதோ தீவிரமாக யோசித்துக் கொண்டிருக்கிறாள் என சத்யராஜ் புரிந்து கொண்டார்.

இருவரும் கேண்டீனில் இருந்து வெளிவந்த போது சற்று தொலை-வில் ஏதோ பெரிய அடிதடி நடப்பது போல் சத்தம் கேட்டது. ஆங்-காங்கே நின்று கொண்டிருந்த ஆட்கள் ஓடிவந்துஅந்த இடத்தை சூழ்ந்து கொண்டார்கள். அருகில் இருந்தவர்களிடம் விவரம் கேட்டு ஆவேசப்-பட்டனர்.

யாரோ யாரையோ தாக்கினார்கள். தாக்குதலுக்குள்ளான ஆள் பெருங்குரலெடுத்து ஓலமிட்டான். அவன் சத்தம் கேட்டு இன்னும்-அதிகமாய் கூட்டம் கூடியது. அங்கே என்ன நடக்கிறது என்பதை பற்றி அறிந்துகொள்ள சத்யராஜ் வேகமாக அந்த கூட்டத்தை நோக்கி போனான் ரேகா பின் தொடர்ந்தாள்.

தகராறில் ஈடுபட்டிருந்த கூட்டத்துக்குள்புகுந்து பார்த்த போது பலர் சேர்ந்து போலீஸ் சீருடை அணிந்த ஒருவரை தாக்கிக் கொண்டிருந்-தனர்.“நிறுத்துங்கள் உடனே நிறுத்துங்கள் அல்லது போலீசை கூப்பிடு-வேன்”என்றுசண்டையிட்டவர்களை விலகச் சொல்லி சத்யராஜ் உரக்க-கத்தினான். வழக்கறிஞர் உடையணிந்து இருந்ததால் அவனை பார்த்-ததும் சண்டையிட்டுக் கொண்டு இருந்தவர்கள் சட்டென்றுஅமைதியா-

னார்கள். சரியானபடி அடி வாங்கியிருந்த ஒரு ஆள் தரையில் சுருண்டு கிடந்தார்.“யாராவது சீக்கிரம் போய் தண்ணி கொண்டு வாருங்கள் அவருக்கு என்ன ஆச்சுன்னு பார்க்கலாம்”கேண்டீனிலிருந்து தண்ணீர் எடுத்து வர சிலர் ஓடினார்கள்.

“என்ன ஆச்சு ஏன் இப்படி அந்த போலீஸ்காரரை போட்டு தாக்கி இருக்கிறீர்கள்? இது எவ்வளவு பெரிய குற்றம் தெரியுமா? வேற போலீஸ்காரங்க பார்த்து இருந்தால் உங்களுடைய கதி என்ன ஆகும் தெரியுமா?” கடுமையான குரலில் தாக்கியவர்களை பார்த்து கேட்டார்.

“எங்களை குற்றம் சொல்வது இருக்கட்டும் சார். இவர் என்ன செய்-தார் என்று உங்களுக்கு தெரியுமா? ஒரு வழக்கில் விசாரணை கைதி-யாக மூணு மாசமா ஜெயிலில் இருக்கும் தன் கணவனை கோர்ட்டுக்கு கொண்டு வரும் வழியில் வைத்துபார்க்க வந்த பெண்ணிடம் ஆயிரம் ரூபாய் லஞ்சம் கேட்டிருக்கிறார்.பாவம் அந்தப் பெண் கையில் இருநூறு ரூபாய் தான் இருக்கு தருகிறேன் என்று சொல்லி ரூபாயை கொடுத்தும் அதை வாங்கிக் கொள்ளாமல் ஆயிரம்ரூபாய் கொடுத்தால் தான் பார்க்க விடுவேன் என்று சொல்லி கணவனை சந்திக்க விடாமல் தடுத்திருக்-கிறார். சிறையிலிருந்து அவரை கோர்ட்டில் ஆஜர்படுத்த கூட்டி வந்த காவலர்கள் கூட ஒரு பத்து நிமிடம் சந்தித்து பேச அனுமதித்த போதும் இவர் முடியவே முடியாது என்று சந்திக்க விடாமல் தடுத்து இருக்கிறார். அதுவும் அந்தப் பெண்ணையும் அவள் கையில் இருக்கும் குழந்தை-யையும் பாருங்கள். உங்களுக்கே இரக்கம் வரவில்லையாசார்? யாரிடம் லஞ்சம் கேட்க வேண்டுமென்று ஒரு விவஸ்தை இல்லையா? இவனை மாதிரியான ஆட்களை உயிரோடு விட்டு வைக்கலாமா?” என்று ஆத்-திரத்தோடு பேசிய ஒருவர் கீழே கிடந்த போலீஸ்காரனை தன் காலால் ஓங்கி உதைத்தார். அவர் செயலை ஆமோதித்த கூட்டம் திரும்பவும் அந்த போலீஸ்காரரை தாக்கியது.

“நில்லுங்கள் தள்ளி போங்கள்.சட்டத்தை உங்கள் கையில் எடுக்கா-தீர்கள். இது நீதிமன்ற வளாகம். இவ்விடத்தில் நடைபெறும்இது போன்ற காரியங்கள் கடும் குற்றமாக கருதப்பட்டு சீக்கிரமாய் தண்டிக்கப்படு-வீர்கள். வேறு வேலைகளுக்காக வந்திருக்கும் நீங்களெல்லாம் இவரை தாக்கிய குற்றத்திற்காக குற்றவாளிகளாக சேர்க்கப்படும் அபாயம் உண்டு அங்கிருந்து நகர்ந்து போங்கள். உங்களுக்கு பிரச்சினை ஏற்படாத வண்-

ணம் இவருக்கு முதலுதவி செய்து எச்சரித்து அனுப்ப முடியுமா என நான் பார்க்கிறேன்''.

சத்யராஜ்சொன்ன வார்த்தைகளின் அர்த்தத்தை புரிந்துகொண்டகூட்டம் தயங்கியவாறே கலைந்தது.அதற்குள் கேண்டீனில் இருந்து பாட்டிலில் தண்ணீர் கொண்டு வந்திருந்தனர். அவர் முகத்தில்தண்ணீர் தெளித்து மயக்கம் தெளிவித்து மெதுவாக அவர் எழுந்து அமர சத்யராஜ் உதவினான். உதடு கிழிந்து ரத்தம் கொஞ்சம் வடிந்து கொண்டிருந்தது. பலத்த அடி வாங்கியதில் முகம் வீங்கிப் போயிருந்தது. கீழே விழுந்தவரை பலரும் காலால் எட்டி உதைத்ததால் முதுகிலும் வயிற்றிலும் இன்னபிற பகுதிகளிலும் பலத்த அடி வாங்கியிருந்தார். பாட்டிலில் மிச்சமிருந்த தண்ணீரை அவருக்கு பருக கொடுத்தான்.

எழுந்து அமர்ந்தவரின் முகத்தை பார்த்தவுடன் ரேகா ''அப்பா''என்றுமுணுமுணுத்தாள். சத்யராஜிக்கு அவரை உடனே அடையாளம் தெரிந்தது.''இவர் காலையில் நான் கேண்டீனில் பார்த்த ஆளாச்சே''.

15

மணி இரண்டான உடன் மீண்டும் மணி ஒலித்தது. கேஸ் நம்பரை சொல்லி மூவரும் கோர்ட் ஹாலுக்குள் அழைக்கப்பட்டனர். மூவரையும் கவுன்சிலிங் செய்யஅருகே உள்ள பெஞ்சில் அமர சொன்னார்நீதிபதி.வாதி அனு ஒருபுறமும் பிரதிவாதியான ரேகாவும் வசந்த்தும் மறுபுறமும் அமர்ந்தனர். குடும்பநல நீதிமன்றத்தில் வழக்கறிஞர்களுக்கு பெரும்பாலும் வேலை இல்லை என்பதால் இருவருக்குமான வழக்கறிஞர்கள் அவரவர் பின் வந்து நின்றனர்.

நீதிபதிகேஸ் பைலை கேட்க அவர் அருகில் கொண்டுவந்து வைத்தகுமாஸ்தா'' புதிய கேஸ் இது முதல் வாய்தா ஐயா'' என்றார்.''சரி தொடங்கலாம் நீ சொல்லுமா என்ன பிரச்சனை'' என்று அனுவை பார்த்து கேட்டார்.

அனு நிமிர்ந்து உட்கார்ந்து ''நானும் அவரும் ஒருவரை ஒருவர்கடந்த நான்கு மாதங்களாக உயிருக்கு உயிராக காதலிக்கிறோம். அவர் எனக்கு எழுதிய காதல் கடிதங்கள், கவிதைகள்,போட்டோக்கள்இருக்கின்றன. இதையெல்லாம் பார்த்தாலே நானும் அவரும் எப்படிப்பட்ட காதலர்களாக இருந்தோம் என்பது உங்களுக்கு தெரியும் அவர் இல்லாத வாழ்க்கையை என்னால் நினைத்து கூட பார்க்க முடியாது. அவருடைய

நினைவிலும் நானே முழுமையாக இருந்தேன். அவருடைய வாழ்க்கையே நான்தான் என பலமுறை சத்தியம் செய்திருக்கிறார். என் மேல் இவ்வளவு அன்பு கொண்டவரை நான் எப்படி பிறருக்கு விட்டு தர முடியும்? எனக்கு நீதி வேண்டும். அதற்காகவே இந்த நீதிமன்றத்தில் வழக்கு தொடர்ந்தேன் நீங்கள் எனக்கு நியாயம் வழங்க வேண்டும்''.

தன்னுடைய பேகை திறந்துஆப்பிள் ஐபேட்டில் சேமித்து வைத்திருந்தபடங்களை நீதிபதியிடம் காட்டினாள்.அதில் ஏராளமான புகைப்படங்களில் அனுவும்வசந்த்தும் ஒன்றாக இருந்தனர்.படிப்பவர்களை பரவசமடையச் செய்யும்நிறைய காதல் கவிதைகளை அனுப்பியிருந்தான்.

அதைவசந்த் பார்க்கும்படி திருப்பி காட்டி "இதுஉண்மை தானா?இதில் இருப்பது நீ தானா? இந்த நீதிமன்ற வளாகத்திற்குள் உண்மையை மட்டும் தான் பேச வேண்டும். நீ பொய் சொல்வது கண்டுபிடிக்கப்பட்டால் அதற்கு தனியாக தண்டனை கிடைக்கும். சொல் இதெல்லாம் உண்மைதானா?''என்றார்.அதற்கு வசந்த் தலைகுனிந்தவாறு "ஆம்உண்மைதான்'' என்றான்.பின்னர்ரேகாவை பார்த்து "உன் பிரச்சனை என்னம்மா?'' என்றார்.

"சார் நான் வசந்த்தைஆறு மாதமாகலவ் பண்றேன். எனக்காக அவரும் அவருக்காக நானும் உயிரையே கொடுக்கும்அளவிற்கு நாங்கள் பழகி வருகிறோம். எங்கள் இருவருக்கும் இடையே உள்ள பழக்கம் உடன் வேலை செய்கிற அனைவருக்கும் தெரியும். எங்கள் இருவரின் போட்டோக்கள், வீடியோக்கள் என்னுடைய ஸ்மார்ட்போனில் நிறைய இருக்கு. ஆபிஸிலும் சரி வேறு இடங்களிலும் அவர் நான் சொல்வதை எல்லாம் செய்வார்.அதைப் பார்த்த எல்லோருமே மேட் ஃபார் ஈச் அதர் ஜோடி என்று சொல்வார்கள் அப்படிப்பட்டவரை என்னால் பிரிய முடியாது''என்றாள்.

அவளுடைய ஸ்மார்ட்போனை நீதிபதியிடம் காட்டினாள். அதில் ஏராளமான படங்களும் வீடியோவும் இருந்தது. ரேகாவோடு இதிலும் சந்தோசமாக போஸ் கொடுத்திருந்தான் வசந்த்.இந்த முறை நீதிபதி இது உண்மையான போட்டோக்கள் தானா என்று வசந்தை பார்த்து கேட்க வேண்டிய அவசியம் கூட ஏற்படவில்லை. அவன் தலைகுனிந்து அமர்ந்திருந்த விதத்திலேயே இது உண்மைதான் என்று அனைவரும் உணர்ந்து கொண்டனர்.

நீதிபதிக்கு இது புதிதான கேஸ்சாக தோன்றியது. குமாஸ்தாவும்-டைப்பிஸ்டும் தலையில் அடித்துக் கொண்டனர். இந்த நீதிமன்றத்தில் பல குடும்பச் சண்டைகள் வழக்காக வந்திருக்கின்றன. வரதட்சனை கொடுமை, கணவன் மனைவி பிரச்சனை, கணவனின் கள்ளக்காதல்கள், மனைவியின் நடத்தை, மாமியார் கொடுமை இப்படி பல வழக்குகள் தினந்தோறும் வருவதுண்டு. ஆனால் இதுபோன்ற காதலர் பிரச்சினை இதுவே முதல் தடவை.காவல் நிலையத்திலோ அல்லது வேறு இடத்-திலோ பஞ்சாயத்து பேசாமல் இங்கே ஏன் வந்தார்கள் என்று புரியாமல் குழம்பினார் நீதிபதி.இவர்கள் இருவரும் அவரிடம் என்ன எதிர்பார்க்கி-றார்கள் என்றே புரியவில்லை. இதை அவர் அவர்கள் இருவரிடமும் நேரடியாகவே கேட்டார்.

“இந்த பிரச்சனை எல்லாம் வெளியே எங்கேயாவது பேசி தீர்க்க கூடாதா? இதை ஏன் இங்கே கொண்டு வந்தீங்க” என்றார். அதற்கு அனு “ஐயாஇதை சட்டபூர்வமாக சரி செய்ய நினைக்கிறேன்.என் அப்பா பிரபல தொழிலதிபர் அதனால் இந்த விஷயம் வெளிய தெரிஞ்சா ரொம்ப அவமானமாக இருக்கும் எல்லாரும் கேலி செய்கிற மாதிரி ஆகும். அதனால வீட்டில யார்கிட்டயும் சொல்லலை. என்னுடைய பிரண்டுக்கு கூட தெரியாது.தெரிஞ்ச லாயர் ஒருவருடைய அட்வைஸ்படி இங்கே வழக்கு தொடுத்தேன்” என்றாள்.

சற்றுநேரம் நீதிபதி வசந்தை உற்றுப் பார்த்தார். அவர் பார்வையில் கோபம் கொப்பளித்தது. தன்னுடைய கண்ணாடியை கழற்றி வைத்து-விட்டு டேபிளில் இருந்த தண்ணீரை பருகினார். சற்றுநேரம் அந்த அறையே அமைதியாக இருந்தது .அவருக்கு இந்த வழக்கைஇன்றே நல்லபடியாய் தீர்க்க வேண்டும் என்று தோன்றியது. ஆனால் இருவரும் ஏன் இப்படி இருக்கிறார்கள். ஒருவனுக்காக அடம் பிடிக்கிறார்களே அது ஏன் என்று புரியவில்லை.

பின் நீதிபதி “உங்கள்இருவருக்கும் உள்ள பிரச்சனை எனக்கு புரிந்-தது. இதற்கு ஒரே காரணம் வசந்த்தாஇல்ல உங்க முட்டாள்தனமா என்பதை யோசித்துப் பாருங்கள்.நல்லவேளை உங்க ரெண்டு பேருக்கும் பெற்றோர்கள் இருக்காங்க.உங்களுடைய மணவாழ்க்கை எப்படி இருக்-கணும் என்பதுபற்றி அவர்களுக்கும் ஒரு கனவு இருக்கும் இல்லையா. அத அவங்க சரியாவே செய்வாங்க. உங்களுக்கான ஜோடியை தேர்ந்-

தெடுக்க உங்களுக்கு முழு சுதந்திரம் இருந்தும் படித்த நீங்க எப்படி ஒரு தப்பான ஆளை தேர்ந்தெடுத்தீர்கள்பார்த்தீர்களா.ஒருவன் நல்லவனா கெட்டவனா என்பதை கண்டுபிடிக்க சில நாட்களே போதும். இது எப்படி உங்களுக்கு புரியாமல் போனது''.

“அனுஇவன் உன்னை உண்மையாகவே காதலிக்கவில்லை.அவன் உண்மையிலேயே உன்னை நேசிப்பவனாக இருந்தால் உன்னைகாதலித்த அதேசமயம் வேறு ஒரு பெண்ணையும் காதலித்து இருக்கமாட்டான். உன் பணமே அவனுக்கு பிரதானம். இது புரியாமல் அவனை காதலிக்கிறேன் என்று உன் எதிர்காலத்தை பற்றி துளியும் யோசிக்காமல் இங்கு வந்து விட்டாயே? இது வெளியே தெரிந்தால் உன் தாய் தந்தையர் நிலை என்னஆகும்? உன் எதிர்காலம் என்னவாகும்? அவன் எழுதிய இந்தக் கவிதைகளை வைத்துக்கொண்டு அவன் நல்லவன் என்று நம்பி உன் எதிர்காலத்தை தொலைக்க பார்த்தாயே?'' என்றார். அவர் சொல்லியதில் உள்ள உண்மையை உணர்ந்து அனுதலை குனிந்து நின்றாள்.

உடனே ரேகாவின் முகத்தில் மகிழ்ச்சி தோன்றியது. அதை கவனித்த நீதிபதி “ரேகா உன்னைப்போன்ற நடுத்தரவர்க்க குடும்ப பெண்களுக்கு சிலகனவுகளும் இலட்சியங்களும் இருக்குமேஉன்னுடைய லட்சியமே இந்த மாதிரி அயோக்கியனை காதலிப்பது தானா?உன்னை கஷ்டப்பட்டுபடிக்க வைத்த பெற்றோருக்கு நீ செய்யும் கைமாறு இதுதானா? அவங்களுக்கு கஷ்டத்தையும் அவமானத்தையும் உண்டாக்கி தருவதுதான் நீ காட்டுற நன்றி கடனா?காதல் செய்ய யாருக்கும் உரிமை உண்டு. ஆனால் இவனைப் போல ஒரு மோசடிக்காரனை காதலிச்சா, கல்யாணம் முடிஞ்சா நீ சீக்கிரமே இந்த கோர்ட்டுக்கு திரும்பி வருவ.இதுக்கு மேலயும் என்ன செய்யணும் என்பதை நான் சொல்லிக்கொடுக்க வேண்டியதில்லை இல்லையா. உன் ஆபீஸில் உன்அருகிலிருந்து வேலை பார்க்கும் போதே இவன் பணத்துக்காக வேறு பெண்ணிடம் நடித்து ஏமாற்றி இருக்கிறானே. இதை நீ யோசிக்கவே மாட்டாயா.நாளை உன்னை ஏமாற்ற மாட்டான் என்பது என்ன நிச்சயம்'' என்றார்.

அப்போதுதான் ரேகா தன் நிலையைஉணர்ந்தாள். அங்கு சற்று நேரம் அமைதி நிலவியது. அந்த இரு பெண்களும் என்ன சொல்வார்கள் என்பதை கேட்க அனைவரும் ஆவலோடு இருந்தனர்.“இனி என்ன

செய்யப் போகிறீர்கள் என்பதை நீங்களே தீர்மானித்து சொல்லுங்கள்'' என்றார்நீதிபதி.

"இந்த அயோக்கியனுக்காகஎங்கள் குடும்ப கவுரவத்தை விட்டு நீதி-மன்றம் வரை வந்ததை நினைக்கும்போது அவமானமாக இருக்கிறது. என்னை மன்னியுங்கள் இனி இவன் வேண்டாம் நான் யாருடைய வாழ்க்கையிலும் குறுக்கிட மாட்டேன்'' என்று அனு கைகூப்பி வணங்-கினாள்.

"என்னதான் என் மேல் பாசமாக இருந்தாலும் என்னை தவிர வேறு ஒரு பெண்ணை நினைத்த இவன் ஒரு அயோக்கியன். இவன் செயல் மன்னிக்க முடியாதது. எனக்கு தகுதியானவன் இவன் இல்லை. எனக்கு தகுதியானவரனை என் பெற்றோரே தீர்மானிக்கட்டும். எனக்கு இவன் வேண்டாம்'' என்றாள் ரேகா.

""""குழந்தைகளேஎனக்கும்பெண்குழந்தை உண்டு. உங்களுடைய தகப்பன் ஸ்தானத்தில் நின்று சொல்கிறேன் கேளுங்கள். தினந்தோறும் நிறைய கேஸ்களை பார்க்கிறேன். ஒவ்வொருவரும் ஒவ்வொரு வழிகளில் ஏமாற்றுகின்றனர்.அதில்இவன் ஒரு வகை. உங்களை எல்லாம் ரொம்ப சாதாரணமாக ஏமாற்றி இருக்கிறான்.அனுஅவன் எழுதிய மானே தேனே பொன்மானே கவிதையை பார்த்தும், உன் அழகை வர்ணித்து எழுதுவது பேசுவது இதையெல்லாம் தான் காதல் என்று நீ நம்புகிறாய்.இவன் உண்மையில் உன்னை காதலித்து இருந்தால் இந்த கவிதையையாவது சுயமாக எழுதி இருப்பான். நீ வேண்டுமானால் இந்த வார்த்தைகளை போட்டு கூகுளில் தேடிப்பார் யாரோ எழுதிய கவிதைகளை காப்பியடித்து உனக்கு அனுப்பி இருக்கிறான்.

இவளோ சொன்ன பேச்சை கேக்க தலையாட்டி பொம்மையாய்இ-ருக்கிறான்.நில் என்றால் நிற்கிறான்.அலுவலகத்தில் தான் செய்யும் சிறிய காரியத்திற்கு கூட அவன் ஆஹா ஓஹோ என்று பாராட்டுகிறான்அ-தனால் இவன் நல்லவன் அன்பானவன் தனக்காகஎதையும் செய்வான் என்று நம்புகிறாள்.

ஆனால் குடும்ப வாழ்விற்கு இவை போதாது பெண்களே நல்ல குடும்பம் என்ற இரட்டை மாட்டுவண்டி பயணத்திற்கு யோக்கியமான புருசனும் சமயோசிதமான மனைவியும் கட்டாயம் தேவை. இதில் எது சரி இல்லை என்றாலும் பயணம் வீடு போய் சேராது உங்களுடைய

மொபைலில் நீங்கள் இவனோடு எடுத்துக்கொண்ட புகைப்படங்களில் உள்ள தேதியை கவனித்தீர்களா? எல்லாம் ஒரே காலத்தில் எடுக்கப்பட்டதுதான். ஒரு நாள் காலை உன்னோடு என்றால் அன்று மாலையே இவளோடு படம் எடுத்திருக்கிறான்.

திட்டமிட்டு உங்களை ஏமாற்றி இருக்கிறான் என்பதற்கு இதைவிட வேறென்ன ஆதாரம் வேண்டும்.இவனை மாதிரியான மோசடிப் பேர்வழிகளை நம்பி ஏமாறாதீர்கள்.எந்த முடிவையும் எடுப்பதற்கு முன் பெற்றோர்களிடம் கலந்து பேசுங்கள் உங்களுக்கான வரனை தேர்ந்தெடுப்பதில் அவர்களும்உங்களுக்கு உதவுவார்கள்.இப்போதுஇருவருமே சரியான முடிவு எடுத்துள்ளீர்கள். இவனோடு பழகியதை ஒரு கெட்டகனவாக எண்ணி மறந்து விடுங்கள். கேசிலிருந்து அனு விலகியதால் மேற்கொண்டு இந்த வழக்கை நடத்த வேண்டியதில்லை. எனவே கேசை தள்ளுபடி செய்கிறேன்.இவன் மீது சட்டப்படி நடவடிக்கை எடுக்க வேண்டும் என்று காவல்துறையில் புகார் செய்யுங்கள்'' என்று நீதிபதி கேஸ்பைலில் கையெழுத்திட்டு குமாஸ்தாவிடம் கொடுத்தார்.

மூன்று பேரும் நீதிமன்றத்தை விட்டு வெளியேறினர். தனித்தனி பாதையில் பிரிந்து சென்றனர்.

16

பேருந்து ஜன்னல் ஓரம் அமர்ந்து பயணிக்கையில் கண்ணில் தெரியும் காட்சிகள் வேகமாக பின்னோக்கி போவதுபோல் பூங்குழலியின் மனம் கடந்த காலத்தை நோக்கி சென்றது. எல்லோரிடத்திலும் அன்பாகவும் பாசத்தோடும் இருந்த நான்எப்போதிருந்து இப்படி ஆனேன்?யாருடனும்சண்டை போடுவதும் வசைபாடுவதும் என்னுடைய குணம் அல்ல. நான் நல்ல குடும்பத்தில் பிறந்து மிக நன்றாக தானே வளர்க்கப்பட்டேன்? சூழ்நிலையை புரிந்து கொண்டு நடக்கும் பக்குவத்தை நான் படித்த கல்வி கொடுக்கவில்லையோ? பள்ளியில் படிக்கும்போது நல்ல மதிப்பெண்கள்வாங்கியிருந்தேனேமதிப்பெண் வாங்குவதற்கும் ஒழுக்கத்திற்கும் சம்பந்தம் இல்லையோ? பெரியவர்களை எடுத்தெறிந்து பேசும் போது என்னைப்பற்றிமற்றவர்கள் என்ன நினைப்பார்கள்?

இதில் என் தவறு என்னஎன்று இதுவரை நான் யோசித்ததில்லை. எனக்கு குழந்தை இல்லாதிருப்பது தான் காரணம் என்று நினைத்தேன். உண்மையில் அது தானோ? இருக்காதே ஏனென்றால் ஊரில் எத்தனையோ பெண்கள் குழந்தை பாக்கியம் கிடைக்காமல் இருக்கிறார்கள்.

அவர்கள் வீட்டில் எல்லாம் தகராறு நடப்பதாக இருந்தால் உலகம் தாங்குமா? பின் வேற என்ன காரணம்.

யோசி யோசி யோசி என்று மனம் மறுபடியும் மறுபடியும் சிந்திக்க சொன்னது. மூளை தான் சேமித்து வைத்திருந்த நினைவுத் துகள்களை எல்லாம் ஒன்று திரட்டி கால இயந்திரத்தில்ஏற்றிஅவள் அந்த வீட்டிற்குள் நுழைந்த காலத்தை கண்முன் கொண்டு வந்து நிறுத்தியது.

பூங்குழலி தன்னுடைய இருபத்திஒன்றாவது வயதில் திருமணமாகி நகரத்தில்இருக்கும் கணேசனின் வீட்டிற்குள் அடியெடுத்து வைத்தாள். அந்த குடும்பத்தின் ஒரே வாரிசு கணேசன். ஏராளமான சொத்துக்கள், ஏராளமான உற்றார், உறவினர்கள். கணேசனின் தந்தைக்குபணம் வட்டிக்கு கொடுக்கும் தொழில். திருமணமான முதல் ஆறு மாதமும் வாரத்திற்கு இருமுறையாவது உறவினர் வீடுகளில் விருந்து விசேஷத்திற்கு சென்றதிலேயேகழிந்தது.கணேசனும் அவன் குடும்பமும் பூங்குழலியை தங்கத் தட்டில் வைத்துத் தாங்காத குறைதான்.

இதுவரை காட்சிகளெல்லாம் நன்றாகத்தானே பதிந்துள்ளது. அடுத்து என்ன நடந்தது? ஒரு நாள் கணேசனின் தந்தை சாலைவிபத்தில் சிக்கி மருத்துவமனையில் அனுமதிக்கப்பட்டார். சில மாதங்கள் வைத்தியம் பார்த்தும் அவருடைய இரண்டு கால்களும் செயல்படாமல் போய்விட்டது. அவரை வீட்டில் வைத்து கவனிக்க வேண்டிய சூழ்நிலை ஏற்பட்டபோது தான் காட்சி முற்றிலும் மாறிப்போனது.

மாமனாருக்கு பணிவிடை செய்வதில் பூங்குழலிக்கு ஏற்பட்ட தயக்கம் மாமியாருக்கு பிடிக்காமல் போனது. சற்று குள்ளமானவயதான அந்தப் பெண்மணியால்உயரமான பருத்த தேகமுடைய தன் கணவனை ஒற்றைஆளாய் நின்று தூக்கி அமர வைத்து சுத்தம் செய்ய முடியவில்லை. கணேசன் வேலைக்குச் சென்றுவிட அந்தம்மா பாடு திண்டாட்டமாகி போய்விட்டது.

ஓரிரு முறை பூங்குழலியை உதவிக்கு அழைக்க அவளும் வேண்டா வெறுப்பாய் அவருக்கு உதவினாள். போகப்போக மாமியார் அழைப்பதை கண்டுகொள்ளாமல் மாடியிலேயே இருக்க தொடங்கினாள். அவளுடைய உதாசீனம் அந்த அம்மாவிற்கு கோபத்தை வரவழைத்தது. தன்னுடைய இயலாமையை சிலர் கெஞ்சுதல்களின் மூலம் வெளிப்படுத்துவார். சிலர் ஆங்காரத்தின் மூலம் வெளிப்படுத்துவர். இந்தப் பெண்மணி இரண்டாவது வகை போலும்.

பூங்குழலியை கொஞ்சம் கொஞ்சமாக வசைபாட துவங்கினார். ஆரம்பத்தில் மறைமுகமாக திட்ட துவங்கியவர் நாளாக நாளாக அவளை நேரடியாகவே வார்த்தை அம்புகளால் துளைக்க தொடங்-கினார். அதுபோலத்தான் பூங்குழலியும்அவளை நோக்கி வீசப்பட்ட வார்த்தை அம்புகளை தடுக்கஅமைதி எனும் கேடயத்தை பயன்படுத்தி வந்தவள் நாளாக நாளாக திருப்பித் தாக்கபதிலுக்கு பதில் பேசுவது என்ற வாள்ஏந்த துவங்கினாள்.காலச்சக்கரத்தின் காட்சி அங்கே நின்-றுபோனது.வேகத்தடையில் வேகமாக பேருந்து ஏறிகுலுங்கியபோது டக்-கென்று பூங்குழலி விழித்துக் கொண்டாள்.

ஓ இங்கேதான் தப்பு நடந்து இருக்கிறதா? நான் எதனால் வயதான மாமனாருக்கு உதவி செய்யாமல் ஒதுங்கி இருந்தேன்? அவர் வேறு ஒரு ஆண் அவரை எப்படி தொட்டு தூக்குவது என்று கூச்சப்பட்ட-தாலா? இதுபோல் என் தந்தைக்கு நேர்ந்திருந்தால் நான் இப்படித்தான் நினைப்பேனா என் மாமனாரும் எனக்கு தந்தையைப் போன்றவர் தானே என்னை அவர் மகளைப் போல தானே பாவித்தார்? இது எவ்வளவு பெரிய பாவம். இதை ஏன் யாரும் எனக்கு உணர்த்தவில்லை? என் செயலை தவறு என்று கணவரோஇவர்களோ கூட கண்டிக்கவில்லையே-ஏன்?என்மேல் இவர்களுக்கு அத்தனை பாசமா? இவ்வளவு தவறுகளை செய்த நான் இவர்களுடைய பாசத்திற்கு உகந்தவள் தானா?

இனி மேலும் நான் இந்த தவறை செய்யக்கூடாது அவர் என் மாமனார் அல்ல என் தந்தை. திட்டிக் கொண்டேயிருந்தாலும் மாமியார் தான் இனி என் தாய். பஸ்ஸிலிருந்து இறங்கியவுடன் அருகில் இருந்த லாலா ஸ்வீட் கடைக்கு சென்று மாமனாருக்கு பிடித்த லட்டு, ஜாங்கிரி மாமியாருக்கு பிடித்த பிஸ்கட்டுகளை வாங்கிக்கொண்டு வீட்டிற்கு போனாள்.

வீட்டிற்குள் நுழைந்தவுடன் நேராக மாமனார் இருந்த அறைக்கு சென்றாள். மாமியார் அவளை கோபத்துடன் பார்க்க பூங்குழலி தன் கையிலிருந்த கோவில் பிரசாதத்தை எடுத்து இருவருக்கும் கொடுத்தாள். அதை வாங்கி நெற்றியில் இருவரும் இட்டுக்கொள்ள கையோடு கொண்டு வந்த பலகாரங்களையும் அவர்களிடம் எடுத்து நீட்டி-னாள்.“என்னம்மா என்ன விசேஷம்” மாமனார் ஆர்வத்துடன் கேட்க “இன்று திருக்கருகாவூர் கர்ப்பரட்சாம்பிகை கோவிலுக்கு போய் இருந்-

தேன் மாமா அதனுடைய பிரசாதம் தான் இது. வரும் வழியில் லாலா ஸ்வீட்ஸ் கடையை பார்த்தவுடன் உங்கள் ஞாபகம் வந்தது. முன்பு நீங்கள் எனக்காக ஆசையாய் அடிக்கடி வாங்கி வருவீர்கள்.முதல்முறையா நான் உங்களுக்காக வாங்கி வந்திருக்கிறேன்''.

பலகாரங்களை சாப்பிட எதுவாக அவரை கைத்தாங்கலாக பற்றி படுக்கையிலிருந்து எழுப்பி அருகில் இருந்த நாற்காலியில் அமர வைத்தாள்.அந்த அறையில் இருந்த ஜன்னல்களை எல்லாம் அகல திறந்து வைத்தாள். மாலை நேரத்து வெயில் அந்த அறைக்குள் நுழைந்து பிரகாசித்தது. இன்றைய அவளுடைய செயல்பாடுகள் எல்லாம் மாமியாருக்கு ஆச்சரியமளித்தது. அவள் கண்ணில் இருந்த கோபம் மறைந்து ஆச்சரியம் மேலோங்கி இருந்தது.

''மாமா என்னை நீங்கள் மன்னிக்க வேண்டும். ஏதோ நினைப்பில் உங்களை இதுவரை கவனிக்காமல் விட்டுவிட்டேன். என் தவறை இன்று தான் அம்பிகை எனக்கு உணர்த்தினாள். இனி நான் அந்த தவறை செய்ய மாட்டேன்''என்ற பூங்குழலி காலையில் அன்னையின் ஆலயத்தில் நடந்தவற்றை விவரித்தாள்.

''அடி என் செல்லமேகவலைப்படாதே அம்பிகை உன் வயிற்றை குறிப்பிட்டு காட்டி இருக்கிறாள் என்றால் நம்குல வரிசை உன் வயிற்றில் தரபோகிறாள் என்று அர்த்தம்''என்றுமாமியார் மிகுந்த மகிழ்ச்சியோடு ஓடி வந்து அவளை கட்டிக்கொண்டாள். கனவா இல்லை இது உண்மைதானா என்று பூங்குழலியால் நம்பவே முடியவில்லை. பார்க்கும் போதெல்லாம் தன்னை சுடு வார்த்தைகளால்அர்ச்சித்த மாமியாரா இது அவளால் நம்பவே முடியவில்லை.

தான் ஒரு நல்லது செய்தால் இவர்கள் ஆயிரம் நல்லது செய்வதற்கு தயாராக இருக்கிறார்கள்.அவர்களுக்கு அநீதி இழைக்கப்படும் போது தான் அவர்களும் அதை ஆயிரம் மடங்காக பிரதிபலிக்கிறார்கள்.அங்கு மகிழ்ச்சி பெருகியது.

''ரெண்டு பேரும் மதியம் சாப்பிட்டீர்களா? நான் போய் தோசையும் காப்பியும் செய்துகொண்டு வருகிறேன்'' என்று சமையலறையை நோக்கி ஓடினாள். அவள் வேகமாய் ஓட எத்தனிக்க திடீரென்று கண்கள் இருட்டிக்கொண்டுவர கால்கள் தடுமாறிமயக்கம் வந்து தரையில் விழபோவதுபோலதோன்றியது.

அவள்தரையில்விழுந்து அடிபட்டு விடாமல் ஓடிவந்துதாங்கி பிடித்த மாமியார் அவளை மடியில் படுக்க வைத்துக் கொண்டாள். இதை-யெல்லாம் நாற்காலியில் அமர்ந்து பார்த்துக்கொண்டிருந்த மாமனார் தன்னுடைய சக்தி எல்லாம் ஒன்று திரட்டி கூச்சலிட்டு வீட்டுக்கு வெளியே நின்றிருந்தவர்களை உதவிக்கு அழைத்தார். அவரின் சத்தம் கேட்டு எதிர்வீட்டில் குடியிருந்த நர்ஸ் ஓடிவந்தார். கொஞ்சம் தண்ணீர் தெளித்து பூங்குழலியின் மயக்கத்தை தெளிவித்தாள்.

பூங்குழலியின் முகத்தில் அரும்பி இருந்த வியர்வையை மாமி-யார்தன்புடவை தலைப்பில் ஒற்றி எடுத்தாள்.அறையிலிருந்த மின்வி-சிறியை வேகப்படுத்திய நர்ஸ் பூங்குழலியின் கையை பிடித்து பல்ஸ் பார்த்தாள்.ஒவ்வொரு நொடியும்ஒரு யுகமாய்கழியவே பொறுமையில்-லாது“அடியேவள்ளி என்னடி ஆச்சு? ஏன் மயக்கம் ஆயிட்டா ஏதாச்சும் சொல்லுடி. என் மகளுக்கு ஒன்றும் இல்லையே?”மாமியார் பதட்டத்து-டன் கேட்டாள்.

“கோமதி அக்கா ஏன் இப்படி கிடந்து துடிக்கிற? எல்லாம் நல்ல விஷயமாகத்தான் இருக்கும்னு நினைக்கிறேன். பல்ஸ் பார்த்ததில் அப்ப-டித்தான் தெரியுது. எதற்கும் உன் மகன் வந்தவுடன் இவளை ஒரு முறை டெஸ்டுக்கு அனுப்பிவிடு”.

பூங்குழலி மெல்ல எழுந்து அமர்ந்தாள்.“என் செல்லம் கொஞ்ச நேரம் இந்தச் சுவரில் சாய்ந்து உட்காரு. நல்லசெய்தி சொன்னஇந்த வள்ளியை வெறுங்கையோடு அனுப்பக்கூடாது. ஏய்வள்ளி கொஞ்சம் பொறுடி இப்ப வந்துடுறேன்” என்று திரும்பவும் தன் அறைக்குள் ஓடி-யவள் சிலநூறு ரூபாய் நோட்டுகளோடும் பூங்குழலி வாங்கி வந்த ஸ்வீட் பாக்சோடும் திரும்பி வந்தாள்.“இந்த இதை வச்சுக்கோ. ஸ்வீட்ட பிள்-ளைகளுக்கு கொடு”என்று மகிழ்ச்சியோடு கூறி அவளை அனுப்பி வைத்தார்.பூங்குழலியை கைத்தாங்கலாக தூக்கி ஹாலில் இருந்த பெரிய சோபாவில் அமர வைத்தார்.

“கடவுளே என்னஅதிசயமான ஒருதருணம் இது. இன்று தான் என் தவறை உணர்ந்து அவர்களுக்கு இனி பணிவிடை செய்ய வேண்டும் என்று முடிவெடுத்து அதை செயல்படுத்தும் முன் அவர்கள் எனக்கு பணிவிடை செய்யும் அளவிற்குஇப்படியாக்கி விட்டாயே. இதுதான் உன் திருவிளையாடலோ”என்றுஅம்பிகையை வேண்டி பூங்குழலி கண்ணீர்

விட்டாள்.

17

“ஹலோ மேடம் கொஞ்சம் நில்லுங்கள்” நடந்து கொண்டிருந்த ரேகா திரும்பி பார்த்தாள்.கேஸ்பைலுடன் கோர்ட் ஹாலிலிருந்து வேக-வேகமாக சத்யராஜ் அவள் அருகே வந்தான்.“என்னங்க ஒரு வார்த்தை கூட சொல்லிக்காம நீங்க பாட்டுக்கு போய்கிட்டே இருக்கீங்க”

“அதுதான் கேஸ் முடிஞ்சு போச்சேஇனி என்ன பேசுறது? உங்க-ளுக்கு கொடுக்கவேண்டிய பீஸ் ஏற்கனவே உங்க சீனியர்கிட்ட கொடுத்-தாச்சு. இனி இங்கே எனக்கு என்ன வேலை?” ரேகா விரக்தியின் உச்-சத்தில் இருந்தாள்.

“நீங்க சொல்றதெல்லாம் சரிதான். இன்று காலையிலிருந்து உங்களு-டன் இருந்திருக்கிறேன் ஒரு கப் காபி வாங்கி கொடுத்து “பைபைபோ-யிட்டு வர்றேன் அப்படின்னு சொல்லிவிட்டு போறதுதானே மரியாதை” சத்யராஜ் பேசியதிலிருந்தஉண்மை அதுதான் நாகரிகம் என உணர்த்தி-யது.

“ஓ எஸ் காபி சாப்பிட்டு போகலாம்” என்று ரேகா சத்யராஜு-டன்கேண்டின்க்குபோனாள்.ஆள் ஆரவாரமற்ற கேண்டினில் சற்றுநேரம் அமைதியாக இருந்தவளிடம்“என்ன மேடம் இன்னும் ஆர்டர் கொடுக்-காமல் அமைதியா உக்காந்து இருக்கீங்க எனக்கு எதுவும் வாங்கிக் கொடுக்கிற ஐடியா இல்லையா?”.

“வேறு ஏதோ சிந்தனையில் இருந்துட்டேன். மன்னிச்சுக்கோங்கஎ-னக்கு காபி உங்களுக்கு தேவையானதை ஆர்டர் செய்யுங்கள்”.

கடைபையனிடம் இரண்டு காபி ஆர்டர் செய்துவிட்டு காத்திருந்-தனர்.“கேஸ் இப்படி முடிந்ததில் உங்களுக்கு நிறைய வருத்தம் என்று நினைக்கிறேன்”.

“அப்படி ஒன்றும் இல்லை.வசந்த்தை பற்றி நீங்கள் சொன்ன போதே நான் ஓரளவு புரிஞ்சுகிட்டேன். இந்த உலகமே ஏமாற்றுக்காரர்களால் நிறைந்து போய் இருக்குன்னு என் மனசு சொல்லுது. என்னை சுற்றி எங்கு திரும்பினாலும் ஏமாற்றுக்காரர்கள் வீட்டில் என் தந்தை நல்லவர் போல் வேடமிட்டு இத்தனை ஆண்டுகளாக ஏமாற்றியிருக்கிறார். பள்ளி,கல்லூரி நண்பர்கள் பலரும் சின்னதும் பெரியதுமாக பலமுறை ஏமாற்றி இருக்கிறார்கள். இப்போது அலுவலகத்திலும் காதலித்த வசந்த்-

தும் கூட என்னை நம்ப வைத்து ஏமாற்றி விட்டானே. இனி யாரை நான் நம்புவது? எனக்கு இந்த வாழ்க்கையே வெறுத்துப் போச்சு. பேசாம தற்கொலை செய்துகொண்டு செத்தால் கூட பரவாயில்லைன்னு தோணுது''.

காப்பி கோப்பைகளை கொண்டு வந்தது வைத்த கடைப் பையன் இவர்களை ஒரு மாதிரியாக பார்த்து விட்டு போனார்.''உங்கள் முடிவு அதுவானால் வேறு வழியை தேட வேண்டாம். கண்ணை மூடிக்கொண்டு இந்த இரண்டு கோப்பை காபியையும் குடித்தால் போதும்.நேரா சொர்க்கத்துக்கு தான் போவீங்க''.

கோப்பையை எடுத்து காப்பியை குடிக்க போன ரேகா ஒருகணம் திடுக்கிட்டு போய் மறுபடியும் கோப்பையை மேஜையில் வைத்தாள். ''ஏங்க பயந்துட்டீங்களா சும்மா தமாசுக்கு தான் சொன்னேன்.இங்கே காப்பி சொர்க்கலோகபானம் போல சுவையாக இருக்கும் குடிங்க''.

ரேகா தான் பயந்ததை எண்ணி வெட்கத்தில் தலைகுனிந்து சிரித்தபடி மறுபடியும் கோப்பையை கையில் எடுத்து பருகதுவங்கினாள்.

''இன்றைய நாள் உங்களுக்கு கொஞ்சம் மோசமாகத்தான் அமைந்துவிட்டது. நீங்க ரொம்ப மன அழுத்தத்தில் இருந்தீர்கள் அப்படியே உங்களை வீட்டுக்கு போக அனுமதித்தால் நீங்க ஏதேனும் தவறான முடிவு எடுக்கக்கூடும் என்ற பயத்தில் தான் உங்களை ரிலாக்ஸ் செய்த பிறகு அனுப்பலாம் என்று காபி சாப்பிட அழைத்து வந்தேன்.

மிஸ்.ரேகா கொஞ்சம் யோசிச்சு பாருங்க உங்களை சுற்றி இருப்பவர்கள் எல்லாம் ஏமாற்றுக்காரர்கள்என்றுநினைக்கிறீர்களே நீங்கள் எப்படிப்பட்டவர் என்று எப்போதாவது எண்ணிப் பார்த்திருக்கிறீர்களா? நாம் உத்தமர் தானா என்றுஉங்களை பற்றி நீங்களே சுயமதிப்பீடு செய்து பாருங்கள். இதுவரை நீங்கள் யாருக்கும் துரோகம் செய்யவில்லையா? பெற்றோரை, பள்ளி ஆசிரியர்களை, உடன் படித்த மாணவர்களை,நண்பர்களை, அலுவலகத்தில் ஒன்றாக பணிபுரிபவர்களை, பொதுவாக உங்களை நம்பியவர்களை என்றும், எப்போதும் நீங்கள் ஏமாற்றியது இல்லையா? சற்று யோசித்துப் பாருங்கள்''.

ரேகா யோசனையில் ஆழ்ந்தாள் சத்யராஜ் மேலும் தொடர்ந்தான். ''இந்த உலகம் ஒரு மாய கண்ணாடியைப் போன்றது.உங்களுடைய நடவடிக்கைகள் ஒவ்வொன்றும் இந்த கண்ணாடியில் அப்படியே பிர-

திபலிக்கும். இங்கு பிறருக்கு நீங்கள் என்ன செய்கிறீர்களோ கொடுக்கிறீர்களோ அது வேறு ஏதேனும் ஒரு வழியில் உங்களிடமே வந்து சேர்ந்துவிடும். அதற்கு ஒரு சிறந்த உதாரணம் தான் மதியம் நாம் பார்த்தது.உங்க அப்பாபலருடைய கனவுகளை சிதைத்து பணம்பறித்து உங்களுக்காக அதைவீட்டிற்கு கொண்டு வந்து சேர்த்தார்.அதன் விளைவு உங்களுடைய கனவு பறிபோனது. பணத்தை பறி கொடுத்தவன் எப்படி மனம் குமுறினானோ அதுபோல் உங்களுடைய கனவு பறிபோனதை எண்ணி நீங்கள் குமுற வேண்டியுள்ளது.

இதில் அற்புதபடவும் ஒரு விஷயம் இருக்கிறது பார்த்தீர்களா?உங்கள் குடும்பத்தில் யார் செய்த புண்ணியமோ உங்களுடைய கனவுதான்-பறிபோயிருக்கிறதே தவிர வாழ்க்கை ஒரு அங்குலம் கூட சீரழியாமல் கெட்டுப்போகாமல் அப்படியே இருக்கிறது.அதை எண்ணி மகிழ்ச்சி அடையுங்கள்இனி யாரையும் ஏமாற்ற நினைக்காதீர்கள். முடிந்தால் எல்லோருக்கும் இயன்ற அளவு உதவி செய்யுங்கள் கண்டிப்பாக ஏமாற்றங்களும் தோல்விகளும் உங்களை அண்டாமல் இருக்கும். மகிழ்ச்சியான வாழ்விற்கு இதுவே உத்தரவாதம்".

அதுவரை குறுக்கிடாமல் பொறுமையாக சத்யராஜ் சொன்னதை கேட்டுக்கொண்டிருந்த ரேகா "நீங்கள் சொல்வது முற்றிலும் உண்மை சார். உங்களுடன் பேசாமல் சென்றிருந்தால் என் நிலை என்னவாக இருக்கும்.வசந்த் ஏமாற்றியது ஒருபுறம் என்றால் என் தந்தையைநினைக்கும் போது தான் எனக்கு பயங்கர கோபம் வந்தது. ஆனால் யோசித்துப் பார்த்தபோது அவருடைய தவறுக்கு குடும்பத்தில் உள்ள ஒவ்வொருவருமே காரணம் எங்களுடைய தேவைகளும் ஆடம்பரமும் தான்அவரை தவறான வழியில் பணம் சம்பாதிக்க தூண்டியிருக்கிறது. எங்கள் மேல் உள்ள அக்கறையில் அடுத்தவர்களுடைய வாழ்க்கை சீரழிவதை பற்றி கூட கவலைப்படாமல் செயல்பட்டிருக்கிறார். இனி அவரை திருத்த வேண்டியது எங்களுடைய பொறுப்பு.அதற்கு முன் நான் சரியாக வேண்டும் வசந்த் போன்ற மோசடிக்காரர்களை நம்பாமல் என்னுடைய வாழ்நாள் தவறுகளை திருத்திக்கொண்டு முன்னேறும் வழியை தேட வேண்டும் என நீங்கள் பேச பேச எனக்கு தோன்றியது.

நீங்கள் தவறாக நினைக்க வில்லை என்றால் உங்களுடைய மொபைல் போன் நம்பரை எனக்கு தர முடியுமா? என் மனம் இதுபோல்

எதிர்மறை சிந்தனை கொள்ளும்போதோ அல்லது உங்களோடு பேச வேண்டும் என தோன்றும் போதோஅழைப்பதற்காகத்தான் கேட்டேன்'' தன் எண்ணத்தில் தோன்றிய எல்லாவற்றையும் கொட்டித் தீர்த்தாள் ரேகா. அவளை ஆச்சரியத்துடன் பார்த்துக் கொண்டே இருந்த சத்யரா-ஜ்தன்னுடைய விசிட்டிங் கார்டை அவளிடம் நீட்டினான்.

''கற்பூர புத்திங்க உங்களுக்கு நான் சொல்லவந்ததை கச்சிதமாக புரிந்து கொண்டீர்கள்.எதைப்பற்றி வேண்டுமானாலும்என்னிடம் பேச தயங்காமல் எப்போது வேண்டுமானாலும் என்னை அழைக்க-லாம்.ஆனால் நேரடியாக பார்த்து இப்படி கவுன்சிலிங் செய்ய வேண்-டுமென்றால் அதற்கு ஒரு காபி வாங்கிக் கொடுக்க வேண்டி இருக்கும் பரவாயில்லையா?'' சத்யராஜ் முகத்தைசீரியசாகவைத்துக்கொண்டு கேட்க அதைப் பார்த்து ரேகா வாய்விட்டு சிரித்தாள்.

18

ஆவேசத்தோடு வெளியே வந்த அனு தன்னுடைய காரை நோக்கி விறுவிறுவென்று நடந்தாள்.அவள் வேகத்துக்கு ஈடுகொடுக்க முடியாத மூர்த்தி கிட்டதட்ட ஓடிவந்தான்.''எங்க சார் நீங்க சொன்ன ஆளு இன்னுமா வரல?''அனுவின் குரலே மாறிப்போயிருந்தது நேரம் ஆக ஆக அவள் கோபத்தின் உச்சிக்கே போய் விடுவாளோ என்று தோன்-றியது.

''அவன் அப்போதே வந்துஉங்கள் கார் பக்கத்தில் காத்துகிட்டு இருக்கான். மேட்டர் என்னன்னு போனிலேயே ஓரளவு சொல்லிட்டேன். நீங்க என்ன செய்யணும்னு சொல்லி பணத்தை கையில் கொடுத்தால் போதும். வேலையை கச்சிதமாக முடித்து விடுவான்''அனுவின் காருக்-குபக்கத்திலேயே சண்முகம் நின்று கொண்டிருந்தான்.

அனுவை பார்த்து கும்பிடு போட்ட சண்முகம் கார் கதவை திறந்-துவிட்டான். டிரைவர் சீட்டில் ஏறி அமர்ந்த அனுவிடம் ''மேடம் அந்த பெண் யார் என்று காட்டுங்கள். அவள் வீடு போய் சேர மாட்டாள். வழியிலேயே முடிச்சிடலாம்'' என்று மூர்த்தி சொல்லிக் கொடுத்தமாதி-ரியே விரைப்பாக பேசினான்.

''அவள் இல்லை அவன். அந்த வசந்த் தான் சாக வேண்டியவன். ஒரே நேரத்தில் என்னையும் பாவம் அந்தப் பெண்ணையும் ஏமாற்றி இருக்கிறானே இவனை எல்லாம் சும்மா விடக்கூடாது.இந்தா பணம் நீ

கேட்டதை விட கூடுதலாகவே தருகிறேன். அவன் இனி எழுந்து நடமாடக் கூடாது அந்த அளவிற்கு செய்தால் போதும்'' என்று கூறி தன்னுடைய கைப்பையிலிருந்து சில நோட்டுக்கட்டுகளை கை நிறைய அள்ளி சண்முகத்திடம் கொடுத்தாள். வாங்கிய சண்முகம்தன் அத்தனை பல்லும் வெளியே தெரியும்படி சிரித்து அவளுக்கு வணக்கம் தெரிவித்து மறைவிடம் நோக்கி போனான்.

பார்க்கிங்கில் நிறுத்தி இருந்த பைக்கை நோக்கி வேகமாக நடந்தான் வசந்த்''நல்ல வேளைவர இருந்த பெரிய ஆபத்திலிருந்து தலை தப்பியது. சீக்கிரம் திருப்பதிக்கு போய் கடவுள்கிட்டவேண்டிக்கிட்ட மாதிரி மொட்டை அடிச்சுட்டு வரணும்.

அம்மா முக்காலமும் உணர்ந்தவளோ அடுத்து என்ன நடக்கும் என்பது ஏற்கனவே தெரிந்தவளோ? அதனால் தான் போன வாரம் ஒரு இடத்துக்கு பெண் பார்க்க கூப்பிட்டு போய் இருந்தாள்.அனுவோடு ஒப்பிட்டு பார்க்கும்போது தமிழரசி வீடுஅத்தனை வசதியானது இல்லை தான். அவள் தந்தைக்கு சொந்தமாக ஒரு டெக்ஸ்டைல் மில் தான் உள்ளது. அழகும் ரேகா அளவிற்கு இல்லை.

இதையெல்லாம் யோசித்துதான் அன்று வேண்டாம் என்று நான் சொன்னபோது கூட அம்மா ''கொஞ்சம் டைம் எடுத்துக்கோ நல்ல யோசித்து பதில் சொல்''என்றாளோ? எப்படி இருந்தாலும் அன்று என் முடிவை பெண் வீட்டில் சொல்லாமல் விட்டது நல்லதா போச்சு. அனு, ரேகா இவர்கள் இல்லாவிட்டால் என்ன மற்றொருத்தியான தமிழரசி இருக்கிறாளேஇதை வைத்து வாழ்க்கையில் செட்டில் ஆக வேண்டியது தான் என்று தன் புத்திசாலிதனத்தையும் அதிர்ஷடத்தையும் நினைத்தவாறு பைக்கை கிளப்பினான்வசந்த்.

விதி தன் பின்தொடர்ந்து வருவதை உணராமலேயே விரைந்தான்

19

''ஹலோஏட்டையா நான் தான்கணேசன் பேசுறேன். இந்த மாசம் செலவுக்கு என்ன செய்யறதுன்னு கவலைப்பட்டுட்டிருந்தீர்கள் இல்லையாகவலையே படாதீங்க.கடவுள் கண் திறந்துவிட்டான். அதிர்ஷடம் உங்க பக்கம் இருக்கு''கோர்ட் ஹாலில் இருந்து வெளிவந்த உடனேயே கணேசன்ஏட்டையாவிற்குபோன்செய்தான்.

“ஹலோயாரு கணேசனா.என்னையாவிசயம்? இந்த நேரம் கூப்பிட்டு ஏதேதோ சொல்ற” ஏட்டையா வலியில் முனங்கியவாறு கேட்-டார்.“என்ன ஏட்டையா உங்களுடைய குரல் ஒரு மாதிரி இருக்கு. பக்-கத்துல ஆள் யாரும் இருக்காங்களா? நான் வேண்ணா பிறகு பேசட்-டுமா?”.

“அதெல்லாம் ஒன்னும் இல்ல நான் ஆஸ்பத்திரிக்கு வந்து இருக்-கேன். நீ மேட்டர் என்னன்னு சொல்லு”.

“கடவுள் உங்களை கைவிடவில்லை ஏட்டையா உங்க கஷ்டம் அவருக்கு புரிஞ்சிருக்கு அதனாலதான் கடவுளா பாத்து ஒரு பிராடுகா-ரனை மாட்டிவிட்டு இருக்கார்.ஆள் இருக்கிறது உங்க ஸ்டேஷன் ஏரி-யால தான்.பார்த்தா நல்ல வசதியான ஆள் போல் தான் தெரியுது. ஒரே நேரத்தில்இரண்டு பெண்களை காதலிப்பதாக சொல்லி நடித்து ஏமாற்றி இருக்கிறான். அவர்கள்அவனை கோர்ட்டில் கொண்டு வந்து நிறுத்திட்-டாங்க. ஆனால் நேரடியா கம்ப்ளைன்ட் இல்லாததால இங்க இருந்து தப்பித்து விட்டான். அவன் அட்ரசய்யும் நம்பரையும் வேணுமுன்னா தாரேன். நீங்க பார்த்து டீல் பண்ணிக்கோங்க. ஏதோ நீங்க பண கஷ்டம் என்று சொன்னதலேயும்இவன மாதிரியான ஆள்கள் அவ்வளவு ஈசியா தப்பிச்சு போய்விடக்கூடாது என்பதற்காகவும் தான் உங்களிடம் சொல்-கிறேன்” என்றார்கணேசன்.

“வேண்டாம் கணேசன் இனி இந்த மாதிரி எந்த தவறான டீலிங்கும் செய்ய வேண்டாம்னு முடிவு எடுத்துட்டேன். இதுவரை செய்த பாவங்க-ளையே எப்படி தொலைக்க போகிறேனோ தெரியலை” ஒருமாதிரி விரக்-தியாய் பேசினார் ஏட்டையா.

“என்னாச்சு ஏன் இந்த திடீர் மாற்றம். காலைல கூட வேறு மாதிரி ஏதோ ஆவேசமா பேசினீங்களே” என்று ஆச்சரியமாக கேட்டான்கணே-சன். மதியம் நடந்த சம்பவத்தை அவரிடம் கூறி தான் தன் மகள் முன் பட்ட அவமானத்தை கூறினார்.

“கணேசன் ஒரு ஆளுக்கு நேர்கிற உச்சபட்ச அவமானம் எது தெரி-யுமா தான் பெற்ற பிள்ளைகளின் முன்அவமானப்படுவதுதான். எப்-போதும் தன் தந்தையை ஹீரோவாக நினைக்கும் பிள்ளைகளின் முன் இப்படி தப்பு செய்துமாட்டிஅவமானப்பட்டால்அது எவ்வளவு பெரிய வேதனையை தரும் என்று இன்று தான் உணர்ந்தேன். அந்த கணத்-

திலேயேஇனிதவறு செய்யக்கூடாது என முடிவெடுத்து விட்டேன்.இனி எந்த மூஞ்சியை வைத்துக்கொண்டு வீட்டுக்கு போவது என்று தெரி-யாமல் வலியோடு ஆஸ்பத்திரியில் இருக்கிறேன். நீ சொன்ன அந்த ஆண்டவன்தான் என் குடும்பத்தை சந்திக்கும் தைரியத்தை எனக்கு தரவேண்டும்'' இதை பேசி முடிப்பதற்குள் பலமுறைஅவர் அழுதுவிட்-டார் என்பதை மறுமுனையில் பேசிக்கொண்டிருந்தகணேசனால் நன்கு உணர முடிந்தது.

“இறைவாஅவருடைய அனுபவத்தில் இருந்து எனக்கு பாடம் கிடைத்தது.தெரிந்தும் தெரியாமலும் சிறு சிறு தவறு செய்து இதுபோல்-மாட்டிக் கொள்ளும் முன் என்னை சுட்டிக்காட்டி நேர்வழி படுத்தியதற்கு நன்றி. இனி ஒருக்காலும் தவறான பாதைக்கு போக மாட்டேன்.வட்டிக்கு விடும் தொழிலை கூட செய்யவேண்டாம் என்று பூங்குழலியும் பலமுறை சொன்னாள். அதை ஏற்றுக்கொள்ள தயாராகிவிட்டேன் இனி எவ்வளவு தூரம் நேர்மையாக இருக்க முடியுமோ அவ்வளவு நேர்மையாக இருக்-கிறேன்.அதற்கான பக்குவத்தை எனக்கு அருள வேண்டும்'' மனதிற்குள் தோன்றியதெய்வங்களையெல்லாம் வணங்கி வீட்டை நோக்கி புறப்பட்-டான்.

செல்போன் ஒலித்தது பூங்குழலி போனில் அம்மா பேசினார்.“டேய் கணேசா அங்க இங்கன்னு சுத்தாம இன்னைக்கு கொஞ்சம் சீக்கிரம் வாடா. உனக்கு ஒரு நல்ல செய்தி காத்திருக்கு'' தாயின் குரலில் தெரிந்த மகிழ்ச்சி அவனை திக்குமுக்காட செய்தது.

20

வானம்இருட்டுதுவங்கியிருந்தநேரம் சண்முகம் வந்து சேர்ந்தான். வாகனங்கள் வெளிச்சப் புள்ளிகளாய் சாலையில் விரைந்து கொண்-டிருந்ததை ஹோட்டல் அறையின் பால்கனியில் அமர்ந்து பார்த்துக்-கொண்டிருந்த கதிர் அவனைப் பார்த்ததும் வேகமாக எழுந்து அருகில் வந்தான்.

“என்னடா சண்முகம் ஏன் இவ்வளவு நேரம்? ஒருமாதிரி பதட்டமா இருக்கியே ஏதேனும் பிரச்சினையா?''.

“அதெல்லாம் ஒன்னும் இல்லடா. நேற்று நைட்டிலிருந்து சுத்திகிட்டு இருக்கேன் இல்ல அதுதான் கொஞ்சம் டயர்டா இருக்கு. கொஞ்சம் பொறு நான் போய் குளித்துவிட்டு வருகிறேன். ஆமா நீ சாப்பிட்டி-

யாடா?".

"இன்னும் சாப்பிடல. நீ வந்தபிறகு சேர்த்து சாப்பிட்டலாம்னு காத்துகிட்டு இருக்கேன்".

"அடப்பாவி எனக்காக நீ காலையிலிருந்து சாப்பிடாமலேயா காத்திருக்க. உடம்பு என்னத்துக்கு ஆகும்டா.ஹோட்டல் பையன்கிட்ட சொல்லியிருந்தா ரூமுக்கு கொண்டு வந்து கொடுத்திருப்பானே. இரு நான் போன் பண்ணி கொண்டு வர சொல்றேன்.என்னை பார்க்க வந்த உனக்கு சாப்பாடு கூட வாங்கி கொடுக்காமல் இப்படி கஷ்டப்படுத்திட்டேனே. முதல்ல உனக்கு சாப்பாடு வாங்கி கொடுத்துட்டு அப்புறம் குளிக்கிறேன்".

"ஏன்டா இப்படி பதட்டப்படுறே. எனக்கு அப்படி ஒன்னும் பசியில்லை. முதல்ல நீகுளிச்சிட்டு டிரஸ் மாத்திகிட்டு வா. அப்புறமா மெதுவா பேசிகிட்டே போய் எங்காவது சாப்பிட்டு வருவோம் உன்கிட்ட பேச வேண்டிய கதைகள் எவ்வளவு இருக்கு தெரியுமா"

இரண்டு நிமிடத்தில் குளியலறையில் இருந்து வெளிப்பட்ட சண்முகம் வேகவேகமாக உடை மாற்றிகிளம்பினான். அவனிடம் இருந்த பரபரப்பு கதிருக்கு சந்தேகத்தை ஏற்படுத்தியது.

"சண்முகம் ஏன் இப்படி பதட்டமா இருக்க. நீ எப்போதும் இப்படி இருந்து நான் பார்த்ததில்லையே? சொல்லு ஏதாவது பிரச்சனையா? எதையும் ஒளித்து மறைத்து வைக்காமல் என்னிடம் சொல்லு" என்று சண்முகத்திற்கு எதிரே போய் அவன் முகத்தையே பார்த்தவாறு நின்றான் கதிர்.

"அதெல்லாம் ஒன்னும் இல்லடா போன வேலை மதியமே முடிஞ்சிடுச்சு. பணத்தை கொண்டு போய் முதலாளிகிட்ட கொடுத்துட்டு திரும்ப வர்றதுக்குள்ள வேற ஒரு வேலை வந்து கொஞ்சம் பணம் கிடைத்தது. அந்த வேலையையும்ஒரு வழியா முடிச்சிட்டு வந்துட்டேன்".

"அப்படியா அது என்னடா வேலை. இந்த ஊர்ல நீ என்னென்ன வேலைகளையெல்லாம் தான் செய்ற. எல்லாமே இப்படி சட்டவிரோத வேலைகள் தானா? நல்ல வேலைகளும் இருக்கா?".

"இங்கே வந்துநான் படித்த மெக்கானிக் வேலை எங்காவது பார்த்து பிழைக்கலாம் என்று நினைத்தேன். எதுவும் கிடைக்காததால் தெரிஞ்ச ஒரு ஆள் மூலம் இந்த கடத்தல் வேலையை செய்ய ஆரம்பித்தேன்.

அதைதவிரவேற எந்த தொழிலும்செய்ததும் இல்லை எனக்கும் தெரி-யாது. இதுல பழக்கமான ஒரு வக்கீல் என் உருவத்தை பார்த்து நான் எதோ பெரிய ரவுடின்னு நினைச்சு இன்னைக்கு ஒரு அசைன்மென்ட் எனக்கு கொடுத்தார்''.

"என்னடா அசைன்மெண்ட் அப்படி இப்படின்னு பெரிய டான் மாதிரி பேசுற. எனக்கே பயமா இருக்கு உண்மையை சொல்லுடா அப்-படி என்ன வேலை இன்னைக்கு செஞ்ச?''.

"அது வேற ஒன்னும் இல்லடா. ஒரு பணக்காரிதன்னை காதலித்து ஏமாற்றிய ஒருத்தனுடைய கையை காலை உடைக்கணும்னு சொல்லி கட்டு கட்டா பணம் கொடுத்தாங்க''

"அப்ப பணத்துக்காக ஆட்களை கொல்லுகிற கூலிப்படையை சேர்ந்தவனாநீ. ஏன்டா இப்படிபணம் சம்பாதிப்பதற்காககேடுகெட்ட வேலையெல்லாம் செய்கிற''.

"என்னடா கதிர் இப்படி கேட்டுட்ட. பிளேடு வைத்து எனக்கு ஒழுங்கா பென்சில் சீவவாது தெரியுமாடா? என்ன போய் ரவுடி என்று சொல்றியே. இங்க வந்த நாளிலிருந்து சாப்பிடுவது தூங்குவது தவிர பெருசா எந்த வேலையும் செய்யாததால் கொஞ்சம் தொப்பை போட்-டுருச்சு. என் கலருக்கும்உடலுக்கும் பொருந்தாத டிரஸ் போடறதாலஒரு முரடன் மாதிரி தெரிகிறேன். அதுக்கு நான் என்ன செய்றது?''.

"பணத்தை வாங்கிக்கிட்டு அந்த ஆளுடைய கையைகாலைஒடிக்க ஒத்துக்கிட்டியா நீ?''.சண்முகம் தலையை குனிந்துகொண்டு தயங்கிய-வாறே"ஆமாண்டா கதிர் இதோ பாரு'' என்று தன்னிடம் இருந்த சிறிய கைப்பையை திறந்து அதிலிருந்த பணக்கட்டுகளை வெளியில் எடுத்து வைத்தான்.

"நீ செய்தது கொஞ்சம் கூட சரி இல்லடா. பணத்துக்காக போதை பொருள் கடத்துவதும் ஒருத்தன அடிச்சி காயப்படுத்துவதும் எவ்வளவு பெரிய தப்பு என்பது உனக்கே தெரியும். தெரிந்தே செய்த தப்புக்கு எந்த கடவுளிடமும் மன்னிப்பு கிடையாது. சண்முகம் உனக்கு இந்த தொழில் வேண்டாம். வாஎன் கூடபேசாம ஊருக்கே போயிரலாம். நாம படிச்ச படிப்புக்கு என்ன சம்பளம் கிடைக்குமோ அது போதும். குடும்பம் நடத்த நேர்மையானவழியில் பணம் சம்பாதிக்க ரொம்ப கஷ்டப்பட்டாலும் அதுல ஒரு நிம்மதியும் சந்தோஷமும் இருக்கும். ஆனால் இப்படிப்பட்ட

வழியில் சம்பாதிக்கும் பணம் நமக்கு கஷ்டத்தையும் துக்கத்தையும் தான் கொடுக்கும். நான் சொல்வதை கேளு".

"உண்மைதான் கதிர் நேற்று இரவு உன்னை ரூமுக்கு அனுப்பிய பின் நீண்ட நேரமாக நானும் அதை தான் யோசித்தேன். நேற்று இந்த வேலையை வாங்கி கொடு என்று கேட்டபோது நீஎன்னமனநிலையில் இருந்தாயோ அதேபோலத்தான் இந்த ஊருக்கு வந்து வேலை கிடைக்-காமல் கஷ்டப்பட்ட போது நான் இருந்தேன். பணத்துக்காக ஒவ்வொரு-முறையும் கடத்தலுக்கு போகும்போது நான் எந்த அளவு வேதனையை அனுபவித்தேன் என்பதை வார்த்தைகளில் சொல்ல முடியாது. எப்படி-யாவது அம்மாவை காப்பாற்ற வேண்டுமே அதற்கு பணம் சம்பாதிக்க வேண்டுமே என்ற வெறி என்னை மீண்டும் மீண்டும் இந்த புதைகுழி-யில் தள்ளிவிட்டது. ஏதாவது ஒரு தருணத்தில் இங்கிருந்து வெளியேற வேண்டும் அதற்கான தருணம் எப்போது வரும் என்று காத்திருந்தேன். நேற்று உன்னை பார்த்தவுடன் முடிவு செய்து விட்டேன் இனி இந்த வேலை வேண்டாம் என்று.

அந்த முடிவை செயல்படுத்த காலையில வேலையை முடித்து பணத்தைக் கொண்டு போய் முதலாளி கிட்ட கொடுத்திட்டு ஊரில் அம்-மாவுக்கு உடம்பு சரி இல்லை ஆஸ்பத்திரியில் சேர்த்து பார்த்துக்க-ணும் என்று சொல்லி ஒரு மாசம் லீவு கேட்டேன். அவரும் கொஞ்சம் பணத்தை கொடுத்து சீக்கிரமா திரும்பி வந்துவிடு என்று சொல்லிஅ-னுப்பினார்".

"நல்ல முடிவு எடுத்த சண்முகம். ஆனால் உன் முடிவு தற்காலிகமா-னதா என்ன? திரும்ப வருவேன்னு சொல்லிட்டு வந்திருக்கியே? அவர் உன்னை தேட மாட்டாரா?".

"நான் இனி வேலைக்கு வரலைன்னு சொன்னா அவ்வளவுதான் எனக்கு என்ன ஆகும்னு யாருக்கும் தெரியாது.ஏன்னா முதலாளியின் இந்தசட்டவிரோத தொழிலை பற்றியும்அவருடைய விஜபி கஸ்டமர்களை பற்றியும் எனக்குத்தானே நன்றாக தெரியும். நான் எங்காவது போய் உளறி விட்டால்அவ்வளவுதான் அவர் மாட்டிக் கொள்வார். அதனால-என்னை வேலையை விட்டு போக விடமாட்டார்.அவரைமீறி போகநி-னைச்சாஎன்னை உலகத்தை விட்டு அனுப்பியிருவாரு".

“அதுக்காகத்தான் ஊருக்கு போய்ட்டு வரேன்னு சொல்லிலீவு கேட்டியா. உனக்கு இதனால் எந்த பிரச்சனையும் வராது இல்லையா”.

“எந்த பிரச்சனையும் வரக்கூடாது என்பதற்காகதான் ஆரம்பத்திலிருந்து எல்லாத்தையும் ரொம்ப கவனமாக பார்த்து பார்த்து செய்திருக்கிறேன்.என்னுடைய சொந்த ஊர்என்று ஆந்திராவில் உள்ள ஒரு கிராமத்தை சொன்னேன் முதலாளி நம்பி விட்டார்.என்னிடம் போன் இல்லாததால் முதலாளி எனக்கு வாங்கி கொடுத்தஒரு மொபைல் போனையும் அவருடைய முகவரி கொடுத்துவாங்கியசிம் கார்டையும் அவரிடமே திருப்பி கொடுத்து விட்டேன்.இனி கஸ்டமர்கூப்பிட்டால் அவர்தான் எடுத்து பேசுவார். அதில் ஏதேனும் சிக்கல் வந்தால் அவர்தான் மாட்ட வேண்டியிருக்கும். சில பெரிய இடத்து கஸ்டமர்களிடமும் இந்த நம்பர் உள்ளது யாரேனும் பிரச்சனைகளில் மாட்டி அவர்களுடைய மொபைல்-போன்ஆராயப்பட்டாலும் முதலாளி கண்டிப்பாக மாட்டிக் கொள்வார்.அதுபோல நான் தங்கியிருந்த அறையும், இந்த ஹோட்டல் ரூமும் நான்வைத்திருக்கும் பைக்கும் கூட முதலாளிதந்ததுதான். எனக்கென்று இங்கே தனிப்பட்ட அடையாளமோ பழக்கவழக்கங்களோ ஏதும் இல்லை. நான் இந்த ஊருக்கு வந்து ஐந்து வருடங்கள் ஆகிவிட்டது. முதல் இரண்டு வருடம் மெக்கானிக்ஷாப்பிலும் ஹோட்டலிலும் வேலை செய்தேன். பின் கடந்த 3 வருடமாக இவரிடம் வேலை செய்து சம்பாதித்த பணத்தில்செலவு செய்தது போக மீதியை தனியாக பத்திரப்படுத்தி உள்ளேன். அதை எடுத்துக்கொண்டு நாம் நாளை அதிகாலையில் நம்முடைய ஊருக்கு கிளம்பி விடலாம்”.

“நீ உண்மையிலேயே நல்லவன்டா சண்முகம் கொஞ்ச நேரத்துல நான் உன்னை பற்றி ரொம்ப தப்பா நினைச்சிட்டேன். எங்கே பெரிய ரவுடியா மாறிட்டியோஎன்று நினைச்சு கலங்கி போயிட்டேன். உன்னை திருத்தி நல்வழிப்படுத்த ரொம்ப கஷ்டமா இருக்குமோ அப்படியெல்லாம் சிந்திக்க தோணிச்சு. ஆனா நீ எப்பவும் என்னுடைய பழைய சண்முகம் தான்னுநிரூபித்திருக்க. ஆமா இன்னைக்கு போன வேலையை பத்தி சொல்லலையே?”.

“பணத்த குடுத்துட்டு அந்த பொம்பள கோவமா கிளம்பி போயிட்டாள். வக்கீல் ஒரு காரை கொடுத்து நீ பெருசா ஒன்னும் செய்ய வேண்டாம் அவன பாலோ பண்ணி போ தோதான இடமா பார்த்து

பின்னாடி இருந்து அவன் பைக்கை வேகமாமோதித் தள்ளிவிடு. போய் விழுகிற வேகத்தில் தன்னாலே அவனுக்கு கையோ காலோ ஒடிஞ்சு போகும். கொஞ்சநாள் வெளியே நடமாட முடியாமல் இருந்தால் இவளிடம் நான்தான் முடித்தேன்என்றுசொல்லிவிடலாம் என்று ஐடியா சொல்லிக்கொடுத்தார்''.

''நானும் அவர் சொன்னபடி அவனை காரில் பின் தொடர்ந்து சென்றேன். முன்னாடி பைக்கில் ஹெல்மட் போடாமல் சென்ற அவன் ஒரு திருப்பத்தில் வேகமாகவந்த ஒரு மணல் லாரியில் மோதி கீழே விழுந்து விட்டான். பின்தொடர்ந்து போன நான்தான் ஆம்புலன்ஸ்க்கு போன் செய்து அவனை ஏற்றிவிட்டு வந்தேன். தலையில் சரியான அடி முகமெல்லாம் ரத்தம். அதைப் பார்த்த எனக்கே மயக்கம் வருவது போலாகிவிட்டது. கண்டிப்பாக கீழே விழுந்ததில் கால் எலும்புகள் முறிந்திருக்கும் என்று நினைக்கிறேன். ஆம்புலன்சில் ஏற்றியபோது கூட சுயநினைவற்ற மயங்கியநிலையில் இருந்தான்''.

''நல்லவேளை ஒரு பெரிய தப்பு செய்ய போன நீ ஒரு புண்ணியம் செஞ்சுட்டு வந்திருக்க. சரி வா சாப்பிட போகலாம்'' நண்பர்கள் இருவரும் அறையை பூட்டிவிட்டு சாப்பிட கிளம்பினார்கள்.

21

பாக்கெட்டில் இருந்த செல்போன் சினுங்கியது. கதிர் எடுத்து''ஹலோ அம்மா'' என்றான்.''ஹலோ கதிர் என்னடா நேத்து போனதிலிருந்து கூப்பிடவே இல்லை. அங்கு சண்முகத்தை பார்த்தியா இல்லையா? அவன் எப்படிடா இருக்கிறான்''.

''நான் நேற்று இரவு இங்கே வந்து சண்முகத்தை பார்த்துட்டேன். ரொம்ப நாள் கழிச்சு அவனை பார்த்தது இல்லையா ஏதேதோ பேசிக் கொண்டு இருந்ததில் உனக்கு கால் பண்ண மறந்துட்டேன். இன்னைக்கு பகலில் வேலைக்கு போயிட்டு சண்முகம் இப்பத்தான் வந்தான்.நாங்க ரெண்டு பேரும் சாப்பிட போயிட்டுவந்த பிறகு நானே உனக்கு கூப்பிடலாம்னு நினைச்சேன்.அதற்கு முன் நீயே கூப்பிட்டே. அம்மா சண்முகத்துக்கிட்ட ரெண்டு வார்த்தை பேசு''.

கதிரிடம் இருந்து போனை வாங்கி சண்முகம் அம்மாவிடம் பேசினான். வழக்கமான நலவிசாரிப்புகள் முடிந்தபின் ''அம்மா நானும் கதிருடன் ஊருக்கு திரும்பிவர போகிறேன். ஊரில் சின்னதாக ஏதாவது

தொழில் தொடங்கி நடத்தலாம் என்று முடிவெடுத்திருக்கிறோம். மற்றவற்றை நாளை நேரில் பேசிக் கொள்ளலாம்''என்று கூறி போனை கதிரிடம் கொடுத்தான்.

அவனிடமிருந்து போனை வாங்கிய கதிர் ''அம்மா நாளை காலையிலேயே கிளம்பி வருகிறோம். எங்களுக்கும் சேர்த்து சாப்பாடு தயார் செய்துவிடு. சரிபோனை வைத்து விடட்டுமா?''என்றான்.

''கொஞ்சம் பொறு ஒரு முக்கிய விஷயம் சொல்லத்தான் கூப்பிட்டேன்.உனக்கு அந்த கல்பனா அம்மாவைதெரியும் இல்லையா. அதுதான்டா உங்க அப்பாவை ஏமாத்தின செந்தில்நாதன் மனைவி அவங்க வந்து இருந்தாங்க. கொஞ்சநேரம் பேசிக்கிட்டு இருந்துட்டு அவர் செய்த தப்புக்கு எல்லாம் வருத்தம் தெரிவித்து அதுக்கு பரிகாரமா இதை வச்சுக்கோங்கன்னுசொல்லி ஒரு பை நிறையபணத்தை குடுத்துட்டு போய் இருக்காங்கடா. எனக்கு என்ன சொல்றதுன்னு தெரியல அதனால அந்த பைக்குள்ள எவ்வளவு பணம் இருக்குன்னு வெளியே எடுத்து கூட பார்க்காமல் தனியாக எடுத்து வைத்து விட்டேன். இப்ப என்ன செய்யலாம். அவங்ககிட்ட இருந்து இதை வாங்கினது தப்பா?''

அம்மாதிடீரென்று வந்த அவ்வளவு பணத்தை கண்டு பயந்ததால்அப்படி கேட்டாள்.''கவலைப்பட வேண்டாம் இது நம்மிடமிருந்து போன பணம் தானே. ஏதோ ஒரு வழியில் சுற்றிக்கொண்டு நம்மிடமே வந்து சேர்ந்துவிட்டது. அதற்குஇத்தனை நாளும் கடவுளிடம் நாம் வேண்டிக் கொண்டது ஒரு காரணம் என்றாலும் கல்பனா அவர்களின் பெருந்தன்மையும்அவருடைய கணவரின் பாவச் செயல்களுக்கு பரிகாரம் செய்ய வேண்டும் என்ற அவருடைய உள்ளுணர்வுமே முக்கிய காரணம். நீ தயங்காமல் பணத்தை எடுத்து உள்ளேபத்திரப்படுத்திவை மற்றதை நாளை நேரில் பேசிக்கொள்வோம்''.

''சண்முகம் ஒரு நல்ல செய்தி. எங்க அப்பாவிடமிருந்து பறிபோன பணத்தில் ஓரளவு திரும்ப கிடைச்சிருக்குன்னு அம்மாசொன்னாங்க. இதை வைத்துக்கொண்டு ஒரு வழியா கரையேறியிரலாம்என்று நினைக்கிறேன். கையில் உள்ள பணத்தை கொண்டு தங்கச்சி படிப்பு, கல்யாண காரியங்கள் ஆகியவை போகமீதம் இருப்பதில் ஏதேனும் சிறிய அளவில் தொழில் தொடங்கி முன்னேறி விடலாம்என்ற ஒரு நம்பிக்கை தோணுது''.

“சின்ன அளவில் என்னடா ரெண்டு பேரும் சேர்ந்து ஏதாவது பெரிய பிசினஸ் தொடங்கலாம். அதெல்லாம் அப்புறம் நாம முதல்ல சாப்பிடுவோமா?” என்றவன் யாகசாலை தெரு என்று பெயர் பலகையிருந்தகுறுகலான ஒரு தெருவுக்குள் கதிரைஅழைத்துச்சென்று ஒரு சிறிய வீட்டின் முன் நின்றான்.

வீட்டு திண்ணையில் அமர்ந்து ஒரு வயதான பாட்டிபெரிய இட்லி பாத்திரத்தில் இட்லி அவித்து கொண்டிருந்தார். இவர்களைப் போன்ற படித்த சில இளைஞர்களும், வசதிபடைத்த பணக்காரர்கள் சிலரும், பெரிய மனிதர்களைப் போல் தெரிந்த சிலரும் கூட தட்டில் இட்லி வாங்கி ஓரமாக போடப்பட்டிருந்த மர பெஞ்சில் அமர்ந்தும் நின்று கொண்டும் சாப்பிட்டுக் கொண்டிருந்தனர்.

இருவரும் இட்லி வாங்கிக் கொண்டு ஓரமாக நின்று சாப்பிட ஆரம்பித்தனர்.சூடான இட்லிக்கு காரமான தக்காளி சட்னியும் தேங்காய் சட்னியும்சாம்பாரும் அற்புதமாய் இருந்தது. இருவரும் மீண்டும்இட்லி வாங்கி வயிறார சாப்பிட்டனர். சாப்பிட்டு முடித்து கை கழுவிய பின் சண்முகம் சென்று அந்த பாட்டியிடம் பணம் கொடுக்காமல் அங்கிருந்த ஒரு சிறிய பாத்திரத்தில் இரண்டு நூறு ரூபாய் நோட்டுகளை போட்டுவிட்டு வந்தான்.

“என்ன சண்முகம் சாப்பிட்டதற்கு பணம் கொடுக்காமல் பாத்திரத்தில் பணத்தைப் போட்டுவிட்டு வருகிறாய்? கையில் நிறைய பணம் இருக்கிறதால இப்படி அள்ளி விடுகிறாயா?”

“டேய் கதிர் இந்த பாட்டியின் கைப்பக்குவத்தில் இட்லி சுவையாக இருந்ததல்லவா? இங்கே வரும் பலரும் இந்த சுவைக்காக மட்டும் வர்றது இல்ல அதையும் தாண்டிஒரு பெரிய விஷயம் இருக்கு. இந்த பாட்டியின்னுடைய மகத்துவம் புரிஞ்சதால எப்போதும் கூட்டம் இங்கே இருந்துகிட்டே இருக்கு. இந்த பாட்டியின் அடுப்பு ஒரு யாகசாலை போல அணையாமல் அரை நூற்றாண்டாக எரிந்து கொண்டிருக்கு”.

கதிருக்கு அந்த பாட்டியை பற்றி தெரிந்து கொள்ள வேண்டும் என்ற ஆர்வம் அதிகரித்தது.“அரை நூற்றாண்டுகள் என்றால் அம்பது வருஷமா வா” என்று ஆச்சரியத்தில் வாய் பிளந்தான்.

“ஆமாண்டாபாட்டியினுடைய கணவர் ஒரு முன்னாள் ராணுவ வீரர். அப்பொழுதுதான் ஓய்வு பெற்று வந்தஅவரை 1968-69 களில் இங்கு

நடந்த ஒரு ஜாதி கலவரத்தில் ஒரு கும்பல் வெட்டி கொன்றது. கணவரை இழந்த பாட்டி தன்னுடைய மூன்றுபெண் குழந்தைகளையும் வைத்துக் கொண்டு பிழைக்க வழியில்லாமல் இந்தப் பூர்வீக வீட்டில் ரொம்ப கஷ்டப்பட்டுக் கொண்டிருந்தார். தன்னுடைய குடும்பத்துடன் வறுமையை போக்ககணவருக்காக அரசாங்கம் கொடுத்த சிறிய ஓய்வூதி-யத்தை கொண்டு அம்பது வருஷத்துக்கு முன்னாடிஇந்த திண்ணையில் தான்இட்லி சுட்டு விற்க ஆரம்பித்தார்.

அந்த சமயத்தில் கலவரத்தால் பாதிக்கப்பட்ட குடும்பங்களிலிருந்த சின்ன குழந்தைகள் பட்டினியால் தவிப்பதைக் கண்டு மனமிரங்கி குழந்-தைகளுக்கு இலவசமாக இட்லி வழங்கினார். அதுபோல் வயதானவர்-கள், நோயாளிகள் சாப்பிடுவதற்கும் கணக்கு பார்த்து காசு வாங்குவ-தில்லை அவர்களாக பார்த்து கொடுக்கும் காசை வாங்கிக் கொள்வார். இதுவே நாளடைவில் கொஞ்சம் கொஞ்சமாக மாறி காசில்லை என்ப-தற்காக யாரும் பட்டினியாக இருந்து விடக்கூடாது என்ற உயர்ந்த எண்-ணத்திற்கு அவரை கொண்டு சென்றது.

வாருங்கள் வயிறார சாப்பிடுங்கள் உங்களுக்கு எவ்வளவு கொடுக்க வேண்டும் என்று தோன்றுகிறதோ, முடிகிறதோ அதை நீங்களாகவே அந்தப் பாத்திரத்தில் செலுத்திவிட்டுச் செல்லுங்கள் என்று தெரிவித்து-விட்டார். இங்கு சாப்பிடுவதற்கு பணம் எவ்வளவு என்று யாரும் பில் கொடுப்பதில்லை கணக்குபார்த்துகாசு வாங்குவதும் இல்லை''.

''அப்படியானால் கடைக்கு தேவையான பொருள்கள் வாங்குவதற்கும் பாட்டியின் செலவுகளுக்கும் பணம் எங்கிருந்து வரும்? எப்படி வேலை-யாட்களுக்கு சம்பளம் கொடுக்கிறார்?''.

''கதிர் கணக்கு பார்க்காமல், யாருக்கு செய்கிறோம் என்று பிரித்துப் பார்க்காமல், தான தர்மங்களை அதுவும் குறிப்பாக பசியை போக்க அன்னதானம் செய்பவர்களை கடவுள் ஒருநாளும் கைவிடுவதில்லை. இந்த பாட்டி விஷயத்திலும் கடவுள் மிகுந்த கருணையுடன் தான் இருக்கிறார்.இங்கு சாப்பிட வரும் சாதாரண நபர் கூடமிக நிச்சயமாய் தான் சாப்பிட்டதை விட இரண்டு மூன்று மடங்கு அதிகமாக பணத்தை போட்டு விட்டு செல்கிறார்கள். இந்த உபரி வருமானம் தானாக ஏழை-களிடம் சென்றடைகிறது. பாட்டி இதை தனக்கென எடுத்துக் கொள்வ-தில்லை. பாட்டிக்கு உதவியாகஆறு பணியாளர்களும் வேலை செய்கி-

றார்கள் அவர்களுடைய ஊதியம் பொருட்கள் வாங்குவதற்கான பணம் எல்லாமே இங்கிருந்து தாராளமாக கிடைக்கிறது. இங்கேதான, தர்மம் செய்ய வேண்டும் என்ற எண்ணம் தோன்றினாலே போதும் அதற்கான வாசல் கதவுகள் திறந்து தன்னாலே வழி கிடைக்கும்".

பாட்டியின் கதையை கேட்டு கதிருக்கு என்னவோ போல் இருந்தது.இன்னொருமுறை பாட்டி அமர்ந்திருந்த திண்ணையை உற்று பார்த்தான். அவன் கண்ணுக்கு அந்த திண்ணை ஒரு யாகசாலை போல் தோன்றியது. மறுபடியும் மறுபடியும் கண்ணை கசக்கி நன்றாக உற்றுப் பார்த்தான். அந்தப் பெரியதிண்ணையில் இட்லி பானையும், அடுப்பும் மறைந்து உண்மையாகவே அந்தப் பாட்டி அமர்ந்து யாகம் வளர்ப்பது போல் தான் தோன்றியது.

கதிர் காலியாகயிருந்த பெஞ்சின் ஒரு ஓரத்தில் போய் அமர்ந்தான். சண்முகமும் அவனருகில் வந்தமர்ந்தான்.இருவரும் ஒன்றும் பேசாமல் அமைதியாக அந்த மூதாட்டியை பார்த்துக் கொண்டேயிருந்தனர்.கதிரின் கண்களிலிருந்து கொஞ்சம் கொஞ்சமாக அந்தப் பெண்மணியின் உருவம் மறைந்து அங்கே அன்னபூரணி தெய்வம் காட்சியளித்தது.இது உண்மைதானா கதிர் மீண்டும் உற்றுப்பார்க்க அன்னபூரணி சத்தமாக சிரித்தாள். "என்னப்பா உக்காந்திருக்கீங்க வயிறு நிறையலையா?வா வந்து உனக்கு தேவையானதை வாங்கிக்கோ" பாட்டி தானிருந்த இடத்திலிருந்து இவர்களைப் பார்த்து அழைத்தாள்.

கதிர் அன்னபூரணியை கையெடுத்து கும்பிட்டான் மனதினுள் பேசினான்."அன்னையே என் வயிறு நிறைந்து விட்டது ஆனால் இன்னும் எனக்கு உன்னிடமுருந்து ஏதோ தேவைப்படுவது போல் தோன்றுகிறது அது என்னவென்று எனக்கே தெரியவில்லை.எனக்கே தெரியாது என் தேவையை நீ எனக்கு உணர்த்துவாயா?".

"மகனே மனிதனின் அத்தியாவசிய தேவைகளான உணவு,உடை, இருப்பிடம் இம்மூன்றில் ஏன் உணவு முதலாவதாக குறிப்பிடப்படுகிறது தெரியுமா? உடையில்லாமல் மனிதர்கள் வாழ்ந்த காலம் உண்டு. உறைவிடம் இல்லாமல் கிடைத்த இடங்களில் வாழ்கின்றவர்கள் இன்றும் உலகமெங்கும் பல கோடி பேர் உள்ளனர். ஆனால் உணவு வேளாவேளைக்கு கிடைக்கவில்லையெனில் மனிதனின் பாடு எவ்வளவு திண்டாட்டம் என்பதை நீ அறிவாய் அல்லவா?உலகிலேயே பசி பட்டினி

என்பது தான் மிக கொடுமையான விஷயங்கள் அந்தக் கொடுமைக்கு எதிரான போரில் களம் இறங்க வேண்டாமா இப்போது உன் மனதிற்கு தேவைப்படுவதெல்லாம் ஒரு உறுதியான லட்சியமே என் கண்ணெதிரே எவரையும் பசியால் வாட விட மாட்டேன் என்கிற உறுதியான லட்சியமே தேவை. உன் லட்சியத்தை அடைய யாகம் வளர்''அம்பாள் பக்குவமாய் அவன் தேவையை உணர்த்தினார்.

தன் தேவை என்ன என்பதில் தெளிவடைந்த கதிருக்கு மீண்டும் ஒரு கேள்வி எழுந்தது யாகம் என்றால் என்ன?''தாயே மீண்டும் ஒரு சந்தேகம்'' என்றான்.அம்பிகை சிரித்தாள்''கவனமாக கேள் அதையும் விளக்குகிறேன்''.

''யாகம் என்றால் நீ நினைப்பது போல் அக்னி வளர்ப்பதோ புனித பொருள்களை ஆஹாவனம் செய்வதோ அல்ல.யாகம் என்றால்அர்ப்பணிப்பு என்று பொருள் யாகசாலை என்றால்அர்ப்பணிப்பு செய்யப்படுகின்ற இடம் என்பதாகும். எதன் பொருட்டு யாகங்கள் நடைபெறுகின்றன தெரியுமா.கடவுளை மகிழ்வித்துஇதற்கு முன் அறிந்தோ அறியாமலோ தாம் செய்த பாவங்களுக்கு பரிகாரம் காணவும் எதிர்காலத்தில் தான் செய்யும் காரியங்கள் வெற்றியடையும் வேண்டிக் கொள்வதற்காக நடத்தப்படுகிறது.

யாகசாலையில் கடவுளுக்கு விருப்பப்பட்ட பொருள்களை அவனுடைய இயற்கை வடிவான அக்னியில்அர்ப்பணிக்கின்றனர்.எதற்காக அர்ப்பணிக்க வேண்டும்?இறைவனை மகிழ்வித்துதான்வேண்டுவதை அடைவதற்காக.இதிலெல்லாம் கடவுள் மகிழ்ச்சி அடைந்து விடுவாரா என்ன அவருடைய உண்மையான மகிழ்ச்சி எதில் இருக்கிறது தெரியுமா?

எந்த பிரதிபலனையும் எதிர்பாராதுஅடுத்தவரின் கவலையைப் போக்கி மகிழ்ச்சி அடைய செய்வது கடவுளை மகிழ்ச்சி அடைய செய்வதற்கு ஒப்பாகும்.எல்லோராலும் எல்லா நேரத்திலும் உதவி செய்யக்கூடிய ஒரு எளிய வழி ஒன்று உண்டு என்றால் அது பசித்தவருக்கு உணவளிப்பது ஆகும்.பசித்த வயிற்றிற்கு ஒரு படி சோறு கொடுப்பது ஒரு யாகத்தை வெற்றிகரமாக நடத்தியதற்கு ஒப்பாகும் அதனால் மகனே யாகம் வளர்'' கதிருக்கு இப்போது அம்பாள் கூறியதன் அர்த்தம் முழுமையாக புரிந்தது.

“இவ்வாறு வெறுமனேபசித்தவர்களுக்கு உணவளித்தால் அது சோம்பேறிகளின் கூட்டத்தை வளர்த்து விடாதா உழைப்பின் அருமையை மனிதர்கள் மறந்து போவார்களே. மணிமேகலையின் அட்சயபாத்திரத்தால் நிகழ்ந்த சம்பவங்கள் நீங்கள் அறியாததா?”.

“மகனே எல்லா செயல்களுக்கும் ஒரு நேர்மறை விளைவும் எதிர்மறை விளைவும் உண்டு தானே. நாம் செய்யும் செயலால் ஒருவர் பயன் அடைந்தாலும் அது நம் லட்சியத்தின் வெற்றியாக எடுத்துக்கொள். சோம்பேறிகளுக்கு காலம் பாடம் கற்றுக் கொடுக்கும்”.

மீண்டும் திண்ணையில் அமர்ந்திருக்கும் மூதாட்டியை பார்க்க அவர் தன் கடமையில் கண்ணாயிருந்தார். “ அம்மா உங்களிடம் ஒரு கேள்வி கேட்கலாமா?” என கதிர் வினவ அந்த அம்மாள் என்ன என்பது போல் அவனை ஏறிட்டு நோக்கினாள்.

“இப்படி பசித்தவருக்கு உணவளிக்க வேண்டும் என்ற எண்ணம் உங்களுக்கு எப்படி தோன்றியது,?”“எனக்கும் வயிறு இருக்கிறதேஅதுவும் வேளாவேளைக்குபசிக்கிறதே” என்று அவரிடமிருந்து வந்த பதிலில் கதிர் திகைத்துப் போனான். அந்த அம்மாள் சத்தமின்றி சிரித்தாள்.

யாகம் வளர்ப்பவர் கூட ஏதாவது வேண்டுதலுக்காகவோபரிகாரத்திற்காகவோ அல்லது ஏதோ ஒன்றை எதிர்பார்த்தோ தான்செய்கிறார்கள்.ஆனால்இவர் செய்வது என்ன எதற்காக இதை செய்கிறார்? தான் செய்யும் செயல்களுக்கெல்லாம் இவர் எந்த எதிர்பார்ப்பையும்கொண்டிருக்கவில்லையே? எந்த ஒரு பிரதிபலனையும் எதிர்பாராமல் தன்னுடைய தொழிலே தெய்வம்என்பவர் வாழ்வேஆனந்தம். அதில் தான, தர்மம் செய்வது பேரானந்தம்.பலர் உயிர் வளர்க்க பாட்டி அடுப்பில் நெருப்பு வளர்க்கும்போது அதுயாகம் தான் என்று கதிருக்கு தோன்றியது.

இது இறைவனுக்கு மட்டுமல்ல பாட்டியை நம்பி வாழும் பல உயிர்களுக்கும் இன்பத்தை கொடுக்கின்ற யாகம் ஆனந்த யாகம்.அந்த யாகத்தை அன்னபூரணி தாயே நடத்துவதாக தோன்றியது.

சற்றுநேரம் அமைதியாக பாட்டியை பார்த்துக்கொண்டிருந்த கதிர் சண்முகத்தை அழைத்துக்கொண்டு நடந்தான்.

22

“டேய் சண்முகம் ஒரு நல்ல ஐடியாடா” என்று சொல்லி கதிர் சண்முகத்தின் கையை பிடித்து சாலையோரம் இருந்தபேருந்து நிறுத்-

தத்தின்நிழற்குடையின்கீழ் இருக்கையில் அமர வைத்தான்.‘‘இந்த பாட்டி செய்கிற சேவையை போல நாமும் நம்முடைய கிராமத்தில் செய்தால் என்ன’’சண்முகத்திடம் கேட்டான்.

‘‘நம்முடைய ஊர் இதுபோல் பெரிய சிட்டி இல்லை. அங்கு இட்லி கடை பெரிய அளவில் வியாபாரம் ஆகாதுடா’’.

‘‘நீ சொல்றது அஞ்சாறு வருஷத்துக்கு முன்னாடி உள்ள கதை. இப்ப நம்ம ஊர்ல இருந்து காலையில் சிட்டிக்கு வேலைக்கு வருபவர்களின் எண்ணிக்கையும் படிக்க வருபவர்களின் எண்ணிக்கை அதிகமாகிவிட்டது. காலையில் பஸ்ஸைப் பிடிச்சு வேலைக்கு போகணும்கிற அவசரத்துல வீட்டில் சமைத்து சாப்பிட முடியாமல் சிட்டிக்குள்ள போய் அதிகவிலை கொடுத்துசாப்பிடுகிறவர்கள் நிறைய பேர் இருக்காங்க. அதுபோல் இரவுச் சாப்பாட்டுக்கும் நம்ம ஊர்ல வழியில்லாம சிட்டிகுள்ளேயே சாப்பிட்டு திரும்பிவருபவர்களும் இருக்காங்க.திடீர்னுவீட்டுக்கு யாராவது விருந்தாளி வந்தால் அவர்களை கவனிக்க முடியாமல் வீட்டில் உள்ள பெண்கள் படுற பாடு இருக்கே சொல்லி முடியாது.இதற்கு தீர்வாக நாம் ஒரு சின்ன டிபன் ஸ்டால் மாதிரிகாலையிலயும் ராத்திரிலயும் ஏதாவது செய்யலாம்’’.

‘‘நீ சொல்வது நல்ல ஐடியாதான். சின்னதாய் என்ன நம்மிடம்தான் பணம் இருக்கே பெருசா ஒரு ஹோட்டலே ஆரம்பிச்சுடலாம்’’.

‘‘பெரியஹோட்டல் என்கிற பேச்சுக்கே இடமில்லை. அதற்கு நம்ம ஊர் தோதான இடமுமில்லை. ஆரம்பத்தில் இதை சிக்கனமாய் சிறிய அளவில் செய்தால் போதும். ரொம்பவும் ஆர்ப்பாட்டம் வேண்டாம். அதுபோல உன்னிடம் இருப்பது தவறான வழியில் வந்த பணம். அதை நம்முடைய தொழிலுக்காக பயன்படுத்த வேண்டாம். கையிலிருக்கும் பணத்தை பேங்கில் உன்னுடைய பெயரில் ஃபிக்ஸட் டெபாசிட்டாக போட்டு அதிலிருந்து கிடைக்கும் வட்டியை மாசம் மாசம் கையில் கிடைக்குமாறு செய்.அவ்வாறு கிடைக்கிற வட்டிபணத்தை கொண்டு நாம் நம் கடைக்கு வரும் ஏழை எளியவர்களுக்கு இலவசமாக உணவு வழங்கலாம்.அல்லது அருகிலிருக்கும் ஏதேனும் ஒரு அனாதை ஆசிரமத்திற்கோ அல்லது முதியோர் இல்லத்திற்கோ தினமும் ஒரு வேளை உணவு வழங்க உபயோகிக்கலாம். உன்னுடைய பாவப்பட்ட பணத்திற்கு அப்படியாவது பாவ விமோசனம் கிடைக்கட்டும்’’.

கதிர் ரொம்ப தீர்மானமாக தன்னுடைய திட்டத்தை கூறினான்."கடை போடுவதற்கு இடம்பார்த்து அட்வான்ஸ் கொடுக்க வேண்டும். வேலைக்கு ஆட்களைசேர்க்க வேண்டும். டேபிள், சேர் பாத்திரங்கள், அடுப்பு எல்லாம் வாங்க வேண்டும். இதற்கு நிறைய செலவாகுமே? அப்படியிருக்கையில் என்னுடைய பணம் வேண்டாம் என்று சொல்கிறாயே?".

"நாங்கள் தற்போது குடியிருக்கும் வாடகை வீடுநம்மூர் பேருந்து நிற்கும் இடத்திலிருந்து ஐம்பது அடி தொலைவில்தான் இருக்கிறது. வீட்டின் முன் பகுதியில் பெரிய இடவசதி இருக்கிறது. அந்த காலி இடத்தில் ஆரம்பத்தில் நான்கு டேபிள்கள் போட்டுசிம்பிளாக துவங்குவோம். வீட்டில் வைத்து சமையல் செய்யலாம். முதியோர் இல்லத்தில் உள்ள உன் அம்மாவையும் அழைத்துவா. என் வீட்டிற்கு அருகிலேயே ஒரு வீட்டை வாடகைக்குபிடித்து அவர்களை அங்கேயே தங்க வைக்கலாம். உன் அம்மாவும் நீயும் நானும் என் தாயும் போதும் ஆரம்பத்தில் வேலைகளை செய்வதற்கு. பின் நம் வளர்ச்சியை பொறுத்து வேலைக்கு ஆட்களை சேர்க்கலாம்".

"எப்படிடா கதிர் ஒரு காரியத்தை செய்யனும்னு தீர்மானித்த உடனேயே இப்படி துல்லியமா பிளான் பண்ணியிருக்க?".

"சண்முகம் இந்த காரியம் நமக்கு ஒத்துவருமா இல்லையான்னு கண்ண மூடிகிட்டு இறைவனை வேண்டினேன். அங்கிருந்து இதுதான் இனி உன் வாழ்க்கை. உன் குணத்துக்கு இது தான் செட்டாகும் அப்படின்னுபதில்வந்தது. அதனால அதை கெட்டியா பிடிச்சுக்கிட்டு எப்படி இந்த தொழிலை நல்லபடியா செய்றதுன்னு சில நிமிடங்களிலேயே மனசுக்குள் கற்பனையாக ஒரு பிளான் பண்ணினேன். அதைத்தான்-உன்னிடம் சொன்னேன். இதில் சில குறைகள் இருக்கலாம் இனி நம்ம எல்லாரும் உக்காந்து அதை பற்றி யோசனை செய்து பார்த்தால்குறைகளை சுலபமாக சரிசெய்து முன்னேறி போக முடியும்னு தோணுது என்ன சொல்றே".

"நீ இவ்வளவு தெளிவா இருக்கும் போதுஇனி நான் சொல்றதுக்கு என்னஇருக்கு. இனி நம் திட்டங்களைசெயல்படுத்த வேண்டியது தான்.சீக்கிரம் வா நாளைக்கு ஊருக்கு போறதுக்கான வேலைகளை கவனிக்கலாம்.பிறந்து வளர்ந்த ஊருக்கு போகணும்னு சொல்லும்போதே மனசுக்கு எவ்வளவு சந்தோஷமா இருக்கு தெரியுமா?".

“பிறந்தஊரை நினைக்கும் போது மகிழ்ச்சி அடையாதவர்கள் யார்யிருப்பாங்கள். அரை டவுசர் போட்டுக்கிட்டு ஊரில் உள்ள சந்து பொந்துகளில் எல்லாம் ஓடி திரிந்தது அத்தனை சீக்கிரம் மறந்து போகுமா என்ன?”.

“நேற்றிலிருந்து நான் கேட்கணும் நினைச்சுக்கிட்டே இருந்தேன். ஆனால்வேலையினால் அலைந்துகிட்டு இருந்ததாலும்மற்ற சீரியஸான விஷயங்களைப் பேசிக் கொண்டுயிருந்ததாலும் மறந்தே போச்சு. உங்கசொந்த வீட்டுக்கு பக்கத்துல நம்ம வகுப்பில்படிச்சலதான்னு ஒருத்தி குடியிருந்தாளே. நீகூட காலேஜ் படிக்கும் போது அவ பின்னாடியே தான் சுத்திகிட்டு இருந்தேன்னு கேள்விப்பட்டேன். இப்ப எப்படி இருக்கா இப்பவாவது அவகிட்ட உன் காதலை சொல்லிட்டியா? இல்ல இன்னும் இதயம் பட முரளி கதை தானா?” இதுவரை இருந்த சீரியஸான மூடிலிருந்து ட்ராக் மாறினான் சண்முகம்.

“அவளுக்கென்ன நல்லாத்தான்அவங்கவீட்லவந்துஇருக்கா”என்று ஒரு வித சலிப்புடன் சொன்னான் கதிர்.

“ஏன்டா சலிச்சுக்கிற. இதுக்கு முன்னதான் காசு,பணம் இல்லைஅப்படிங்கிற தாழ்வு மனப்பான்மையில் அவளிடம் காதலை சொல்ல முடியாமல் தவித்து இருப்ப. இனிமேல நாமும் ஒரு தொழிலதிபரென்று தைரியமா போய் உன் காதலை அவளிடம் சொல்லு.பயப்படாத நானும் கூட இருக்கேன்”.

“வேண்டாம்டா அதெல்லாம் இனி சொல்ல முடியாது. எல்லாம் முடிஞ்சு போச்சு” என்று மீண்டும் தயங்கினான்.

“அதான் ஏன்னு கேக்குறேன்?” சண்முகத்திற்கு கோபம் ஏறியது.

“டேய் லூசு அவஇப்போ இரண்டாவதுடெலிவரிக்காகஆஸ்பத்திரியில் அட்மிட்டாகிஇருக்கிறாடா. அவள் புருஷன்தான் நம்ம ஊரு சப் இன்ஸ்பெக்டர். விஷயம் தெரிஞ்சா அவ்வளவுதான் அடி பிரிச்சு எடுத்துடுவார். இப்ப சொல்லு நீயும் துணைக்கு வரியா?” என்று சொல்லிவிட்டு எழுந்து ஓட “டேய் அயோக்கியபயலே பாவம் உன்னை அவளோட சேர்த்து வைக்கலாமுன்னு பார்த்தா அவ புருஷன்கிட்ட அடி வாங்குறதுக்கு என்னையும் கூட்டணி சேக்கிறயாஉன்னை என்ன செய்கிறேன் பார்”என்றுகதிர் பின்னாடியே விரட்டிக்கொண்டு ஓடினான் சண்முகம்.

ஓடக்கார மாரிமுத்து ஓட்ட வாயி மாரிமுத்து
ஊருக்குள்ள வயசு பொண்ணுங்க சௌக்கியமா
பழைய பாக்கி இருக்குதா ஐயாமனசு துடிக்குதா

சாலையில் சப்தமாக பாடிக்கொண்டு, ஆட்டம் போட்டபடியே ஹோட்டலை நோக்கி ஓடினார்கள்.

முற்றும்

www.ingramcontent.com/pod-product-compliance
Lightning Source LLC
LaVergne TN
LVHW101925220826
846093LV00009B/372
* 9 7 9 8 8 8 5 3 0 9 8 1 3 *